†

త్రి త్వై క

స ర్వే శ్వ రా యన్న మః.

కన్యామరియమ్మ పిలల సభయొక్క క్రమపుస్తకము.

Imprimatur P. Rossillom
Bishop of Vizagapatam.

జ్ఞా న పు రం
వా ల్తే రు స్టే ష న్.

(500 కాపీలు.)

PRINTED AT THE V. R. C. PRESS, VIZAG.

1922

సభ యొక్క ముఖ్యమైన అభిప్రాయమును గురించి.

ఈసభ కన్యమరియమ్మ పిల్లలపేరట స్థాపించబడినది.
సెప్టెంబర్ 8 వ తేదిని కన్యమరియమ్మ పుట్టినపండుగ.
ఈసభలో ముఖ్యపండుగగా యున్నది.

ఈసభ వారలు ఈపండుగకొరకు గొప్పభక్తితో అయత్తముచేయుదురు. కన్యమరియమ్మ పండుగలన్ని అధికభక్తితో కొనియాడుట విధియైయున్నది.

కన్యమరియమ్మ యొక్క ముఖ్యమైన పండుగలు యేవంటే?

ఫిబ్రవరి 2 వ తేది—కన్యమరియమ్మ శుద్ధికరపండుగ.

——11 వ తేది—కన్యమరియమ్మ దర్శనపండుగ.

మార్చి 25 వ తేది—కన్యమరియమ్మమంగళవార్త పండుగ.

జూలై 2 వ తేది—కన్యమరియమ్మ ఎలిజబెత్తను సందించుట.

———16 వ తేది—కర్మేల్ ఉత్తర్యమాతపండుగ.

అగస్టు 15 వ తేది—కన్యమరియమ్మ మోక్షమునకు ఎత్త
బడుట.

సెప్టెంబర్ 12 వ తేది— కన్యమరియమ్మ పరిశుద్ధనామ
కరణపండుగ.

సెప్టెంబర్ 15: వ్యాకులమాత పండుగ.

అక్టోబర్ 1 ఆదివారము—జపమాలమాతపండుగ.

నవంబర్ 21 వ తేది—కానుకమాతపండుగ.

డిశంబర్ 8 వ తేది—కన్యమరియమ్మ జన్మపాపము లేక
ఉద్భవించిన పండుగ.

ఈరోజులలో దివ్యపూజకనుటకును, సత్ప్రసాదములో కొనుటకును ప్రయత్నించవలసినది.

ఈవిధులను అనుసరించుటకు అసాధ్యమైతే వారిప్రథానఅధికారికి తెలియపరచవలెను.

వీరువచ్చే ఆలోచనసభకూటములో మార్గచూపరికి తెలియపరచుట.

1. ఈసభ కన్యమరియమ్మపిల్లలని అస్పిరెంట్లని రెండువిధములుగా ఏర్పరచబడినది.

కన్యమరియమ్మ పిల్లలగుటకుముందుగా అస్పిరెంట్లనడతను మిగుల శ్రద్ధతో గమనించవలసినది.

2. ప్రవేశ అధ్యాయములో వివరించబడిన మంచిగుణములన్ని కలిగియుంటేనేతప్ప కన్యమరియమ్మ పిల్లలలోగాని అస్పైరెంట్లలోగాని ఎవ్వరును చేర్చుకొనబడరు.

3. కన్యమరియమ్మ పిల్లలందరియొక్క పేర్లను ఒకచట్టము కట్టించినజాబితాలో తరగతివారియబడి గుడిలో ఉంచబడును.

అస్పైరెంట్లు పేర్లు ఒకజాబితాలో వ్రాయబడి గుడిద్వారముదగ్గర తగిలించబడును. ఇందువల్ల ఈసభలో ప్రవేశింపకోరే వారి ప్రవర్తనలను అందరు లక్ష్యపెట్టుచుందురు.

4. ఈసభ ఏలాగు నడుపబడుచున్నదంటె! మొదట- విచారణగురువువల్లను రెండవది—ప్రధానఅధికారివల్లను, ఈయిద్దరి సహాయకులవల్లను, ఆలోచనకర్తలవల్లను కన్యమరియమ్మ పిల్లల సంఖ్యకు తగినట్లుగానే ఆలోచనకర్తల సంఖ్యయును ఉండును.

5. ప్రధానఅధికారి—సహాయఅధికారి— ఆలోచనకర్తలును—కన్యమరియమ్మ పిల్లలవల్ల ఏర్పరచబడుదురు. ఏలాగంటె? ఏర్పాటు అధ్యాయములో చెప్పబడినవిధముగా చీట్లువేసి ఏర్పరచుదురు.

6. మార్గచూపరి (ప్రత్యక్షముకానియెడల) ప్రధాన అధికారి ఆలోచనసభకున్ను కన్యమరియమ్మ పిల్లలకూటమునకును ముఖ్యకర్తగా యుండవలెను.

7. ఆలోచనసభ ప్రతినెల మొదటిఆదివారముగాని లేక ఏదొక ఆటంకము కలిగినయెడల రెండవ ఆదివారముగాని సభకూడవలెను. మార్గచూపరి ఈసభయొక్క మేలుకొరకు ఒక్కొకప్పుడు ఆలోచనసభ కూర్చవచ్చును.

8. అప్పైరెంట్లయొక్కయు కన్యమరియమ్మ పిల్లలయొక్కయు చీట్లువల్లనే ఆలోచనసభలో చేర్చుకొనుటకు శక్తిగలదు.

అప్పైరెంట్లలో చేర్చుకొనబడుటకు సగముకంటె అధిక సంఖ్యచేత చీట్లు వేయబడి యుండవలెను.

కన్యమరియమ్మ పిల్లలకు రెండింట మూడవవంతుగా యుండవలెను. అగిత్యమైనయెడల మార్గచూపరియు చీటి వేయవచ్చును.

9. సభయొక్క ఉద్యోగములైన లేకత్వమును యూకల అధికారత్వమున్ను ఆలోచన సభవల్ల నియమించబడును. ఈయుద్యోగములు ఆలోచన సభవారలకు మాత్రము యివ్వబడును.

10. ఈఏర్పాటులో ఉద్యోగమునెరవేర్చువారలుమార్గచూపరివల్ల నియమించి తెలిసికొనబడవలెను.

11. ప్రధానఅధికారిగాని ఆలోచన సభ వారలలో ఒకరుగాని మరణించినను లేక పంపివేయబడినను ఆయుద్యోగ

ము నెరవేర్చుటకు వచ్చేసభ ఏర్పాటువరకు వార్ల స్థానములో ఆలోచనసభవల్ల ఏదొకరు నియమించబడుదురు.

12. సభలోని ఏదొకరు ప్రధానాధికారియొక్క న్యాయములను వినలేనియెడల అట్టివారలను శిక్షించుటకు ఆలోచనసభకు అధికారమున్నది.

సభలోని ఒకరు గొప్పతప్పిదము చేసియుండినను లేక దీర్ఘకాలము అశ్రద్ధవల్ల తనపనులను నెరవేర్చలేకపోయినను అట్టివారు ఆలోచనసభవల్ల శిక్షించబడవలెను. ఉ॥ వారినుండి కొంతకాలమువరకు స్వరూపమును తీసివేయుట లేక కొంతకాలము సభనుండి వెలివేయబడుట. లేక కన్యమరియమ్మ పిల్లలందరియెదుట క్షమాపణ అడుగుట. ఈ మొదలైనవి.

కన్యమరియమ్మ పిల్లలలో ఎవరైనను అజ్ఞాని వివాహము చేసుకొనినయెడల సభలోనుండితోసివేయబడుదురు.

ఏదొకరు మితమించి త్రాగినను అక్రమప్రవర్తనగలిగియుండినను అట్టివారిని ఒకసంవత్సరమువరకు సభలోనుండి వెలివేయవలెను.

ఆసంవత్సరము గడచిన తరువాత ఆతప్పిదములలో పడకుండనట్టయితే తిరిగి సభలో ప్రవేశింప అడుగవచ్చును గాని మొదటవలెనే అస్పైరెంట్లుఅయిన పిమ్మట కన్యమరియమ్మ పిల్లలలో చేరుటకు అడుగవచ్చును.

సభలో చేర్చుకొనుటకున్ను పంపివేయుటకున్ను ఆలోచనసభకు అధికారముగలదు.

ఆలోచనసభవల్ల తెలుసుకొనబడిన తప్పిదస్తునికి శిక్ష విధించ మార్గచూపరిమాత్రము తెలియజేయవలెను.

13. సహాయఅధికారియైన ఆలోచనకర్తయైన ఏదో కతప్పిదముచేసియుంటె, వారలతప్పిదమునకు తగినట్లుగా కొంతకాలపర్యంతము వారలను ఆలోచనసభనుండి వెలివేయుటకు మార్గచూపరికిన్ని, ప్రధానఅధికారికిన్ని అధికారము గలదు.

ప్రధానఅధికారిని తనఉద్యోగమునుండి తప్పించుటకు అగత్యముండినయెడల కన్యమరియమ్మ పిల్లలందరుచేరి చీట్లు వేయవలెను. సగముకంటె ఎక్కువచీట్లలో వారి ఉద్యోగమునుండి తప్పించవలెనని పడియుంటె తత్క్షణమే వెలివేయవచ్చును.

అయితే సగముకంటె అధికచీట్లలో తనఉద్యోగమును నిలువచేయునట్లు పడియుంటే మార్గచూపరి వారికి ఏదో కతగినశిక్షవిధించి ఉద్యోగములో యుంచవచ్చును. లేదా సభయొక్క మేలుకొరకు వేరువిధముగా ఆలోచించినయెడల ఉద్యోగమునుండి తప్పించుటకు మార్గచూపరి తామువ్వంతముగా చేయవచ్చును.

2 వ అధ్యాయము.

కన్యమరియమ్మ పిల్లలసభయొక్క విధులు.

కన్యమరియమ్మ పిల్లలు ఈక్రిందవ్రాసిన అనుష్టానములను అనుసరించకపోతే పాపము కట్టుకొనుట లేదుగాని కన్యమరియమ్మయందు గొప్పభక్తియును తమసభయెడల నిజమైన ప్రేమయును యుండినట్లయితే ఈక్రమములు తాము అనుసరించుచు ఇతరులుగూడ అనుసరించునట్లు ప్రయాసపడుదురు.

1. సభలో జీవించినవారలకొరకు ఏడాదికి ఒక్కసారి కన్యమరియమ్మ పుట్టినపండుగనాడు దివ్యపూజ సమర్పించబడును. నవంబర్ మాసములో సభయందు మృతిపొందిన వారలకొరకు దివ్యపూజ సమర్పించబడును.

2. సభవారలలో ఏదొకరు జబ్బుగాయుండినట్లయిన వారపుకూటములో వారికొరకు తమజపములు ఒప్పగించవలెనని ఆజ్ఞాపించబడియున్నది.

3. సభవార్లలో ఏదొకరు మరణము పొందినట్లయిన వారిఆత్మ విశ్రాంతికొరకు దివ్యపూజ సమర్పించబడును.

వచ్చే మొదటికూటములో సభవారందరిచేత దేప్రాందిప్ అనే జపము బహిరంగముగా చెప్పబడును.

ఇదిగాక ప్రతి కన్యమరియమ్మపిల్ల వారి ఆత్మవిశ్రాంతి కొరకు ఒకసారి దివ్యనత్ప్రసాదము ఒప్పగించవలయును.

4. కన్యమరియమ్మ పిల్లలు నెలలో రెండుసార్లును అస్పైరెంట్లు నెలలో ఒకసారియు దివ్యనత్ప్రసాదములో కొనవలెను.

5. ప్రతిఆదివారము కన్యమరియమ్మ పిల్లలందరుకలిసి మార్గచూపరిచే నియమించబడిన గంటలో దేవమాత నిష్కళంక ఒఫీసియ్యుం, అర్చ్య శ్రీ. బెర్నార్డు అనెడు జపమును, జన్మపాపములేక ఉద్భవించిన మరియమ్మాయనెడు జపమును మూడుపర్యాయములు చెప్పవలెను.

ఈజపములు చెప్పినతరువాత మార్గచూపరివల్ల వారపుకూటము జరుగును ఈకూటముయొక్క అభిప్రాయము వేరే అధ్యాయములో వివరించబడును. సంవత్సరములో 3 దినములు తపస్సుచేయుదురు.

ఈదినములలో గడచినపాపములను కొరతలను శ్రద్ధతో పరిశోధించి వచ్చేసంవత్సరముకొరకు స్థిరమైన ప్రతిజ్ఞ చేయుదురు.

3 వ అధ్యాయము.

కన్యమరియమ్మ పిల్లల ప్రవేశన.

సభవారల ప్రవేశన మిక్కిలి గొప్పసంగతి.

ఎందుకంటె: ఎంచబడిన సభవారలయొక్క మంచితన మునకున్ను చెడుతనమునకున్ను తగినట్లు మంచిగానైన చెడుగానైన మాత్రుక యివ్వబడును.

సభవారల చేర్చుకొనువిషయములో ఆలోచనసభ మిగుల జాగ్రత్తగా యుందురు.

సభవారలు తమభక్తివల్లను, విధేయత్వమువల్లను, పరస్నేహమువల్లను, విశేషప్రేమను వైరమును తప్పించుట వల్లను ఇతరులకు మంచిమాత్రుకగా యుండునట్లు చేర్చుకొనబడుదురు.

ఆస్పైరెంట్ల ప్రవేశనిబంధనలు.

1. ఈ సభయందు ప్రవేశింప కోరిక గలవారలు 12 సం॥ ప్రాయమైనన గలిగి యుండవలెను.

2 వీరు స్వంత గ్రామములో ఒక సంవత్సరమైనను జీవించి యుండవలెను.

3. వారలు చదువను వ్రాయను నేర్చియుండవలెను.

4. మంత్రములన్నియు చిన్నజ్ఞానోపదేశమైనన్ను నేర్చియుండుట.

5. కన్య మరియమ్మ యందు గొప్ప భక్తియును సభవారలలో చేరుటకు అధిక ఆశయును యుండవలెను.

6 వారల ప్రవర్తనలు ఇదివరకు మంచిదిగా యుండినట్లయిన దేవానుగ్రహముచే వారితోడులలో చేరుటకు నమ్మకము కలిగించవలెను.

7. ఈ సభయందు ప్రవేశించ కోరిక గలవారు కూటములో మూడు నెలకు ముందు మనవి చేసియుండవలెను. అటువంటి అస్పైరెంట్లు సభలో చేర్చుకొనబడక పోతే తిరిగి మనవిచేసి తరువాత 3 నెలలవరకు కాచి యుండవలెను.

8. సభయందు చేర కోరిక గలవారు వచ్చే కూటములో మార్గచూపరికి తెలియపరిచినట్లయిన వారు ఆలోచన సభకు తెలియపరచెదరు.

వారివద్ద అస్పైరెంట్లు అగుటకు అవసరమగు సుగుణములుండిన ఆలోచన సభవారలు పరీక్షించవలెను.

ఆలోచనసభయొక్క విచారణను మార్గచూపరి ప్రవేశించేవారికి తెలియ పరచవలెను. ఆదేసమయములో ఏ మన

కొరతలు తప్పితములు యుంటె మార్గచూపరి బయలు ప రచి వారికి తెలువ వలయును.

9. అస్పైరెంట్ల నభలోచేరుటకు ఏరోజైనను సరేగా ని ముఖ్యముగా కన్యమరియమ్మ పండుగదినములయితే మే లుగానుండును. కన్యమరియమ్మ పిల్లల సంఖ్యావలన కాకుం డ వారలభక్తిమంచిపవ్రివర్తనలవల్ల కన్యమరియమ్మ హృద యమును సంతోషపరుచునట్లుగా యుండవలెనని ఆలోచన నభ చూడవలసినది.

10. ప్రవేశనదినమందు కన్యమరియమ్మ పిల్లలందరి యె దుట సభలోప్రవేశించ కోరు వారు ఆయమ్మగారి పాదము లదగ్గర మోకాళ్లూంచి సమర్పణజపము బిగ్గరగా చదువుదు రు. అప్పుడు మార్గచూపరి అస్పైరెంట్ల స్వరూపమును చే తికిఇచ్చుదురు.

కన్యమరియమ్మ పిల్లల నిబంధనలు.

1. సభయందు ప్రవేశించకోరికగలవారు క్రొత్తసత్ప్ర సాదము తీసియుండవలెను.

2. వీరు అస్పైరెంట్లసభలో ఆరుమాసములు ఉండి యుండలెను.

3. వీరు కన్యమరియమ్మయందు గొప్పభక్తియు ప్రేమయు మంచిప్రవర్తనలు గలిగియుండినట్లు గురుతుయివ్వవలెను.

4. వీరు ఆలోచనసభయొక్క రెండింట మూడు చీట్లు గలిగియుండలెను.

కన్యమరియమ్మ పిల్లలప్రవేశనలు రెండుయున్నవి. ఒకటి కన్యమరియమ్మ పుట్టినపండుగరోజునయును మరియొకటి మేనెల అంత్యమునయున్న.

సాధారణముగా మార్గచూపరివల్ల దివ్యపూజ చేయబడినతరువాత ప్రవేశనగడియ జరుపబడును. అప్పుడు ఆవే మారిస్టెల్లా అను స్తోత్రసంగీతము పాడి కొన్ని మంత్రములు చెప్పబడును.

పాటసమయములో సభలోప్రవేశింప కోరికగలవారలు కన్యమరియమ్మపాదములదగ్గర మోకాళ్లుంచియుండగా మార్గచూపరి చిన్నప్రసంగముచేయుదురు. అంతట ప్రవేశనగడియవచ్చును. అది అయినపిమ్మట మాగ్నిఫికాట్ అనే స్తోత్రజపము పాడబడును.

సభలోచేరిన ప్రతిపిల్లయొక్క పేరును, ప్రాయమును ప్రవేశతేదీ ఈమొదలైనవి లేఖకునివల్ల సభయొక్క పట్టిలో వ్రాయబడును.

ప్రతిఆదివారము పూజకును ప్రతిసారి దివ్యసత్ప్రసాదములోకొనునపుడును కన్యమరియమ్మపిల్లలు కూటము కూడినపుడును తమ స్వరూపమును ధరించుకొనవలెను.

స్వరూపములు రూకలఅధికారిదగ్గర ఉంచవలెను. త మయిండ్లకు తీసుకొనిపోరాదు. అయినప్పటికి ఒకచిన్న దే వమాతస్వరూపము మెడలోయుంచవలెను.

4 వ అధ్యాయము

సభకూటములు.

ఈసభయొక్క అభిప్రాయము ఏమంటే?

కన్యమరియమ్మను పాత్తుగా గౌరవించుటే. ఏలాగంటె ఈసభవారలు తమప్రేమగల పరమతల్లిని స్తుతించుటకును ఒకరి కొకరు ఆమెయొక్క పుణ్యములును అనుసరించుచూ సాయపరచుకొనుటకును అప్పుడప్పుడు అందరుకూడి జ పించుదురు.

ఇద్దరు ముగ్గురుకూడి నాపేరిట జపము చెప్పినయెడల వారలమధ్య మేముందుమని మనజేసునాధస్వామి తమఅపో స్తులతో చెప్పినారు.

అందుచేత అందరుకూడి తమదివ్యతల్లిని ప్రార్థించిన వా రలమీద తమశ్రేష్ఠాశీర్వాదములను పాలించుదుమన్నారు.

ఇదిగాక ఈకూటమువల్ల కన్యమరియమ్మ పిల్లలు పర

స్నేహము భక్తి అధికరించి వారి కొరతలు, దుర్గుణములు దిద్దుకొనుటకు అధికఆశక్తులై యుందురు.

ప్రతి ఆదివారము నిమ్మళంక ఓఫీసియ్యుం చెప్పిన తరువాత కూటము జరుగును.

వారలో కన్యమరియమ్మ పండుగ వచ్చినట్లయిన ఆదినముచారము కూటము చేయబడును. మార్గచూపరివచ్చుటకు ఆటంకముగలిగినయెడల ప్రధాన అధికారి ఆకూటమునకు అధికారిగా యుండవలెను.

ఈకూటము వెని సాంక్తెస్పిరితుస్ అనేస్పిరితు సాంక్తు మంత్రముతోను జన్మపాపములేక ఉద్భవించిన మరియాఅనే సుకృతజపముతోను ఆరంభించబడును.

ఈజపము తరువాత ఒకచిన్నజపమును, జ్ఞానవాచకమును చదువుబడును. ఒకఆదివారము క్రియముల అధ్యాయమొకటిన్ని మరియొకఆదివారము వేద (భక్తి) పుస్తకములలోఒకటిన్ని చదువబడును.

ఈజ్ఞానవాచకము తరువాత కన్యమరియమ్మ పిల్లలకుఅగత్యమైనట్లుగా మార్గచూపరియైన ప్రధానఅధికారియైన వారలను హెచ్చరించి మంచిబుద్ధిచెప్పుదురు. సభవారలు వారములో ఏలాగు ప్రవర్తించినది మార్గచూపరి అప్పుడప్పుడు ప్రశ్నించుచుండవలెను. అందుకు దీనతగాను న్యాయముగాను జవాబు యివ్వవలయును. సభవారిలో. ఎవ

కైన తమతప్పిదమువల్ల దుర్మాతృక యిచ్చియుంటె కూ
టమయుమందే కన్యమరియమ్మ పిల్లలందరియెదుట మో
కాళ్లూంచి క్షమాపణ అడుగవలెను.

సభలోని ఏదొకరు వ్యాధిగావడియుంటె లేక చనిపో
తె వారికొరకు ప్రార్థించునట్లు సభలోని యితరులకు కట్ట
డచేయవలెను. కన్యమరియమ్మ పేర ఒక చిన్న సుకృతజప
మువల్లను స్లీవగురుతువల్లను ఈసభ ముగించబడును

ప్రతిఆదివారము జరిగేకూటముకంటె నెలలో మొద
టఆదివారము కొంచెము గొప్పగా జరుపబడును. ఈకూ
టముకొరకు దిగువయివ్వబడిన పద్ధతిని వెంబడించుదుము.

(1) వేనిసాంకై స్పిరితుస్ అను జపము అయినపిమ్మట
ఒకకీర్తన పాడవలెను.

(2) కన్యమరియమ్మ పిల్లల పుణ్యాములగురించియు మా
ర్గచూపరి ఒకప్రసంగము (బోధన) చేయుదురు. ఈబోధ
న యీదినముచదివిన క్రమముల అధ్యాయముగురించి యి
వ్వబడును.

(3) ఈప్రసంగము తరువాత కన్యమరియమ్మ పేరట
ఒకకీర్తన పాడవలెను.

(4) మార్గచూపరి తమగొంతెత్తి సభవారల అంద
రిపేరట కన్యమరియమ్మకు సమర్పణజపము చెప్పవలెను.

(5) పుస్తకములు, స్వరూపములు కొనుటకున్న అ

లంకారములకొరకును ఖురియా సభలోని వేరువేరు ఖర్చులని మిత్తమును రూకలఅధికారివల్ల రూకలు జమచేయబడును.

ప్రధానధికారి నెలకొకసారి అప్పై రెంట్లను చేర్చి వారలు పుణ్యముచేయుటకు అభ్యాసమున్ను కన్యమరియమ్మ పిల్లలగుటకు కావలసిన నిబంధనలును నేర్పించుదురు.

ఈమాటలు వేన సాంక్తిఅను జపమువల్లను ప్రియదత్తమంత్రముచేతను జన్మపాపములేక ఉద్భవించినమరియాయను సుకృతిజపముచేతను ఆరంభించబడి ప్రియదత్తమంత్రముచేతను జన్మపాపములేక ఉద్భవించిన మరియాయను సుకృతజపముచేతను ముగింపబడును.

5 వ అధ్యాయము.

సభవారలయొక్క ఏర్పాటు.

కన్యమరియమ్మ పిల్లలు ఆలోచనకర్తలయందును నమ్మికముయుంచియున్నందున తామున్ను వారలకు పుణ్యమార్గము చూపించి శక్తివంతులై యుందురు.

ఆలోచనకర్తలను ఏర్పరచుకొనుటలో మిగుల జాగ్రత్త గలిగియుందురు. కన్యమరియమ్మ పిల్లలు తమసభలో చేరువారలు ఆలోచనకర్తలవిధులను నెరవేర్చుటకున్ను వారి

తోడివారలకు మంచి మాత్రుకయిచ్చుటకు శక్తియుంటేనే చేర్చుకొనవలెను.

ఏర్పాటుసమయములో ఫలాస ఫలాని వారిపేరిమ, వైరముచూపక దేవుని గొప్పమహిమను చూడక దేవుని గొప్పమహిమను కన్యమరియమ్మయొక్క గౌరవమును సభయొక్క జ్ఞానమేలులను గమనించవలెను

1. సంవత్సరములో రెండుఏర్పాటులు యున్నవి. ఒకటి కన్యమరియమ్మ పుట్టిన పండుగనాడు మరియొకటి మేనెలఅంత్యమున జరుగును.

2. కన్యమరియమ్మ పుట్టిన పండుగనాడు ప్రధాన అధికారియొక్కయు ఆలోచన కర్తయొక్కయు ఏర్పాటు జరుపబడును.

ముందుండిన ప్రధానఅధికారి ఏర్పరచబడకపోయినట్టయితే ఆలోచనకర్త కావచ్చును. మరియు సభలో ఏదొక యుద్యోగము ఇష్టపడి ఎంచుకొనచ్చును.

3. ఆరంభమున ఆలోచనకర్తలు ప్రతి యుద్యోగమునకు ఇద్ద రిద్దరి వంతున తీయుదురు. కన్యమరియమ్మ పిల్లలు వారిలో ఒకొకరి చొప్పున ఏర్పరచు కొందురు. ఈఏర్పరచుకొన్నవారలు ఆలోచనసభ కర్తలనుండి తీయబడుదురు.

4. ఈఏర్పాటు ఈదిగువవివరించిబడిన విధముగా జరుపబడును.

అప్పుడు రెంట్లు లేకుండ కన్యామరియమ్మ పిల్లలుమాత్రము సభకూటము చేయుదురు. ఆకూటమునకు మార్గచూపరి కర్తగాయుందురు. అందులో వేనిక్రియటోర్ అను జపము పాడుదురు.

ఈయేర్పాటుయొక్క గొప్పతనముగురించిన్ని ఏర్పరచుకొన్నవారలయొక్క సద్గుణములగూర్చిన్ని మార్గచూపరి కొన్నివచనములను ఉచ్చరించుదురు.

అటుతరువాత ఏర్పడినవారలు ఆలోచన కర్తలవల్ల బహిరంగముగా పేర్లుపెట్టబడుదురు. అంతట ప్రతివాడును ఏర్పరచుకొనినవారలుతప్ప ఒక చిన్న కాగితముమీద ఏర్పడినవారలపేర్లను రహస్యముగా వ్రాయుదురు. ఆకాగితములనుమడచి ఒకచిన్న పెట్టెలోవేసి ఆపెట్టెను మార్గచూపరిగారిబల్లమీద ఉంచియుండవలెను.

మార్గచూపరి చీట్లను లెక్కించి ప్రస్తుతము ఉన్న వారలసంఖ్యకు సరిగయున్నది, లేనిది చూచుదురు. అప్పుడు మార్గచూపరి ఒక్కొక్కచీటిని బిగ్గరగాచదివి ప్రధానఅధికారికి లేఖకునికి అందిచ్చుదురు.

పిలిచిన పేరులచొప్పున మార్గచూపరి కుడిప్రైపున ఎడమప్రైపునచీట్లనుపెట్టి ఎక్కువసంఖ్యగలవారిని ఏర్పచుకొందురు. ఈఏర్పాటు ముగిసినతరువాత లోడాతె అను స్తోత్ర సంగీతము పాడుదురు.

ఈఏర్పాటులో జరిగిన సంగతులు చెప్పబడిన మాటలు సభవారలు రహస్యముగా యుంచవలెను. తాము ఎవరిపేరున చీటు వేసినారో తెలియపరచరాదు.

6వ అధ్యాయము.

ప్రధాన అధికారి అనుసరించవలసిన విధులు.

ప్రధానఅధికారియొక్క ఉద్యోగము ఎంతో ముఖ్యమైనది. ఎందుకంటె సభవారలందరు తమవిధులను చక్కగా నెరవేర్చుచున్నారాయని, చూచుట వారిపనిగా యున్నది.

1. ప్రతికూటారంభమునకు ముందు ప్రధానధికారి ఆలోచనసభకున్ను కన్యమరియమ్మ పిల్లలకున్ను జరుగిబోవు సంగతులగురించి మార్గచూపరికి తెలియపరచుదురు. కూటములో తీయబడిన ప్రశ్నలు ఏలాగు నెరవేర్చవలెనో మార్గచూపరిని అడుగవలెను.

2. ప్రధానధికారి సభవారలందరియొక్క నడతలమీద గమనించుచుండవలెను. సభవారలనుండి తెలుసుకొన్నతప్పిదములను మారచూపరిగారికి తెలియజేయుచుండవలెను.

3. సభవారల తప్పిదములను దిద్దవలసిన అవసరము వచ్చినపుడు దయతోను పరస్నేహముతోను దిద్దవలెను. సభలో ఎవరో ఒకరు తీవర్యాయములు దిద్దుబాటుపొందినతరువాత ఎప్పటివలెయుంటె వారినిగూర్చి మార్గచూపరి ఆలోచనసభవారలతో చెప్పిన తగినశిక్ష విధించుదురు.

ప్రతినెల ప్రధానఅధికారి అస్సైన్మెంట్లను కూటముచేయించి సభలోని ప్రవేశకులకు కావలసిన నిబంధనలను కన్యమరియమ్మపిల్లలకు ఉండవలసిన పుణ్యముల అభ్యాసమును గురించి సంభాషించెదరు.

4. ఆలోచనసభవల్ల తీయబడిన ఒక్కొక్క ప్రతిజ్ఞ వ్రాతగానియొక్క పట్టీలో వ్రాయబడగా తరువాత మార్గచూపరి సంతకముచేయుదురు.

నెలకొకసారి రూకల లెక్కపుస్తకము సంతకముచేసిన సభలోనిజాబితాలను పట్టీలజాగరూకతతో పరీక్షించవలెను.

7వ అధ్యాయము

ఆలోచనకర్తలు అనుసరించవలసిన విధులు.

1. కన్యమరియమ్మ పిల్లలలో మిగులభక్తిపరులను ఇతరులకు సన్మార్గకగా యుండువారలను ఆలోచన కర్తలకుగాను నియమించవలెను.

కన్యమరియమ్మ పిల్లలవల్లను అస్పైరెంట్లవల్లను ప్రవేశములో చీట్లువేయబడినందున తామువారలకు అన్నిటిలో మంచిమాతృకయు దేవరతల్లియెడల గొప్పభక్తియు చూపవలసియున్నది.

ఆలోచనకర్తలు సభయొక్క మేలునిత్తముగా తమకు సాధ్యమైనంతమట్టుకు ప్రధానధికారికి సాయపడవలెను. ఎట్లంటె సభవారలప్రేమగాని, వైరముగాని చూపక వారలగూర్చి వారికి తెలుపుచుండవలెను.

ఆలోచనసభయందు చెప్పబడినదంతయు రహస్యముగా యుంచవలెను. అట్లుఉంచనివారలు ఖండితముగా శిక్షింపబడుదురు. వెల్లడిచేసినయెడల గొప్పనష్టము కలుగవచ్చును. కన్యమరియమ్మ పిల్లలలో చేరలేనివారల తప్పిదముల గూర్చి జోలిపెట్టుకొనుట ఆలోచనకర్తలపనికాదు.

8 వ అధ్యాయము

ఆలోచనసభయొక్క క్రమములు

ఆలోచనసభ కల్పించబడు విధము.

1. 1 మార్గచూపరి 2 ప్రధానధికారి 3 యిద్దరునహాయకులు, 4 లేఖకుడు 5 రూకలఅధికారి, 6 ఆలోచనకర్త.

2. సభవారలందరిమీద అధికారముచెల్లించుటకును సభలోని అన్నిసంగతులను పరిపాలించుటకును ఆలోచనసభకు శక్తిగలదు.

3. ఆలోచనసభలో ఇచ్చినసంగతులు సభవారలవల్ల నిరాటంకముగా వివరించబడినిష్కపటముతో తమఅభిప్రాయములను తెలుపవలెను. రెండు మూడవవంతుచీట్లు కావలసినప్పుడుతప్ప వేరువిషయములయందు సగముకంటె ఎక్కువప్రియాసముతో నెరవేర్చవలెను.

4. ఆలోచనసభికులు ప్రతిజ్ఞచేసినప్పుడు దేవునిమహిమను సభయొక్క మేలునుమాత్రమే చూడవలెను. వారలు మనుష్యుల ముఖప్రీతియు వైరమున్ను లక్ష్యపెట్టగూడదు.

5. ఆలోచనసభలో జరిగినసంగతులగురించి ఖండితమౌనులుగా యుండవలెను. ఫలానివారికి అని తెలిసినప్పుడు దానిని ఇతరులకు బహిరంగపరచగూడదు.

ఈవిషయములో ఎవరోఒకరుతప్పులోపడిన అట్టివారలు తప్పిదమునకుతగినట్లు శిక్ష విధించబడును. రెండుమూడుపర్యాయములు ఆలాగుననే యుంటే కొంత కాలమువరకు ఉద్యోగమునుండి తప్పించవచ్చును.

9 వ అధ్యాయము.

వ్రాతగాడు అనుసరించవలసినవిధులు.

1. వీరు ఆలోచనసభలో చెప్పబడునవి తీయబడినప్రతిజ్ఞలు, సంగతులు, పట్టీలో వ్రాయుటయేగాక సభవారల ప్రవేశనముగూడా వ్రాయవలెను.

2. ఆలోచన సభఆరంభమున పోయినసారి చెప్పినసంగతులు చదువబడును.

కన్యమరియమ్మ పిల్లలకూటములో ఆలోచనసభవల్ల తీయబడిన ప్రతిజ్ఞలును సభవారలగురించిన్ని తెలియపరచరాదు.

3. కన్యమరియమ్మపిల్లలపేరున్ను ప్రాయమున్ను ప్రవేశించినదినమున్ను వ్రాయబడిన జాబితాపత్రమును లేఖకుడు బహుజాగ్రత్తతో కాపాడవలెను.

కన్యమరియమ్మ పిల్లలు పేరులువ్రాసి గుడిలోపెట్టబడిన చట్టమునుగూడ జాగ్రత్తపుచ్చుకొనవలెను.

4. వేరేపట్టీలుకూడ జాగ్రతపుచ్చుకొని మార్గచూపరి అనుమతిలేకుండ ఎవరికినిచూపించరాదు.

5. ఆలోచనసభవలన సభనుండి ఎవరో ఒకరిని పంపివేయబడినవార్ల పేరు జాబితానుండిన్ని చట్టమునుండిన్ని తీసి

వేయబడును. గాని వారు వెళ్లిపోయిన కారణముగూర్చి మాట్లాడ అగత్యములేదు.

6. ఏర్పాటునకుముందుగా వర్తివేళకులు ఎందరుంటె అన్ని కాగితపుముక్కలు చించి ప్రతికాగితపుముక్క సమముగాయుండి నాలుగుమడతలుగా పెట్టవలెను ఏర్పాటున మయములోనే పంచవలెను.

7. వార్తకుడు ఉద్యోగమును విడువదలచియుంటె నభలోనివట్టీలను యితరవత్రములను ప్రధానఅధికారికి యిచ్చి వారిస్థానమును పొందినవారికి చెప్పవలసిన వివరణలన్ని తెలుపవలెను.

8. వీరు తనఉద్యోగమును బహుశ్రద్ధతో జరుపుచుండవలెను. ఎందుకంటె అశ్రద్ధగాయుంచిన నభయొక్క వృద్ధిని ఆటంకపరచుటకు కారణము కావచ్చును.

10 వ అధ్యాయము.

రూకలఅధికారి అనుసరించువిధులు.

---

1. ఆలోచన సభవార్లలోనుండి ఏర్పుకోనబడి అసభ మాత్రమె ఈఉద్యోగమునకు నియమించవలెను.

2. ఈఉద్యోగములో ప్రవేశించగానే సభలోని మూలధనమును, ఖర్చు, జమను ఏస్థితిలోయుంచవలెనో పరీక్షించవలెను.

3. సభకు సంబంధించిన వస్తువులు మొదలైనవన్నియు ఒకపత్రికలో వ్రాయబడి వారికి ఇవ్వబడగా వాటినిమిక్కిలి జాగ్రత్తగా కాపాడవలయును. కొన్నివాటిని అమ్మినవాటినిగురించి లెక్కవ్రాసియుంచవలెను. సభకుకావలసిన చిన్నరాబళ్లను తమశక్తికొలది కాపాడుటకును ముఖ్యముగా వృద్ధియగుటకును ప్రయత్నించవలెను.

ప్రతినెలమొదటి ఆదివారమును ప్రధానపండుగలయందును సభవారలనుండి పొందినసొమ్మునే కాకుండా సభలో లేనివారలనుండి పొందినది సహా జమచేసి యుంచవలెను.

4. పొందిన బహుమానములు చేసినఖర్చులుఅన్నియు పత్రములో లెక్కవ్రాసియుంచవలెను.

మార్గచూపరియొక్కయు ప్రధానఅధికారియొక్కయు సెలవులేకుండ ఏదొకఖర్చుపెట్టరాదు.

5. క్రమముయొక్క రెండవఅధ్యాయములో చెప్పబడినవిధముగా తగినకాలములో పూజకు సొమ్ముచెల్లించవలెను.

6. ఉద్యోగము విడువవలసివచ్చినప్పుడు వారిఆధీనములోయున్నదంత ప్రధానధికారికి అప్పగించవలెను, అంతట క్రొత్తగూళలఅధికారికి యివ్వబడును.

ఒఫీసియ్యుం.

మంత్రమాల జపించుటకు ముందు జపము.

ఏలినరాలా, మీతిరునామమునుపొగడ నానోటిని తెరిపించండి. సకలమైనవ్యర్థ తెలివి, దుర్విచారములనుండి నా హృదయమును పరిశుద్ధపరచండి. నేనీమంత్రమాలను, సరియైనగమనముతో జపించుటకును, దేవరవారి తిరుసముఖములోనే నడిగెడి మనవులను నైగొనుటకును యేలినవారైన జేసుక్రీసునాథునిగురించి నాబుద్ధికి ప్రకాశమును, మీ దేవస్నేహాగ్నిని దయచేయండిస్వామి. ఆమెన్ జేసు.

ఏలినవారా మీరీభూమియందుండినపుడు ఏవిధమైనతలంపుతో సర్వేశ్వరునికి స్తుతిచెల్లించితిరో ఆతలంపుతో నేనును ఏకీభవించి ఈజపమును మీకు ఒప్పగించుచున్నాను.

ఉదయస్తోత్రజపము.

(ఒకరు) కళంకములేని పరిశుద్ధకన్యకయొక్క పొగడింపునున్న ఆమెయొక్క మేలైననామమును—

(అందరును) నాశింపక సంతోషించిపొగడుదువుగాక.

(*ఒకరు) పరిసుద్ధఏలినరాలా, మీామీాకృపగలసహాయమును దయచేయండి——

(అందరు) నిర్మల పరిశుద్ధకన్యకా సకలశత్రువులనుండి నన్ను కాపాడండి——;

(ఒకరు) పితాకును, సుతునికిని స్పిరితుసాంక్తుకుని స్తోత్రము కలుగునుగాక?——

(† అందరు) ఆదియందుండినట్లు ఇపుడును ఎపుడును ఆనాది సదాకాలముస్తోత్రము కలుగునుగాక(1)

——ఆలేలూయా——

* ఈగురుతుమొదలుకొని † ఈగురుతువరకును గలజపములను ఆయారాగణిత జపమునకుముందు చెప్పేది:——

(1) ఇదివిభూది పండుగకుముందు వచ్చేమూడవఆదివారమునుండి స్వామిఉత్థాన పండుగకుముందుదినమువరకు అల్లెలూయాఅనిచెప్పుటకు బదులుగా: నిత్యమహిమకురాజైన ఏలినవారా! మీాకే స్తోత్రము కలుగునుగాక అని చెప్పేది.

సంగీత జపము.

భూలోకమునకు ఏలినరాలా, వర్ధిల్లుము! పరలోకమునకు ప్రకాశముగిలరాజ్ఞీ వర్ధిల్లుము! కన్యకలలో మేలైన కన్యకా వర్ధిల్లుము ! చల్లని ప్రకాశముగల నక్షత్రమా వర్ధిల్లుము.

దేవానుగ్రహమువల్లను దివ్యప్రకాశమువల్లను, నింపబడి భూలోకమునకు ప్రాతఃకాల వెలుగువలెనున్నారు. ఏలినరాల్లా! త్వరితముగా వచ్చి చేయిచ్చి పాపమునుండిని మమ్ము కాపాడండి.

భూలోకమునకు మేలైన యేలినవారు తమయేక కుమారుడైన వార్తైనవారివల్ల భూమిని సముద్రమును, పరుసలు వరుసలుగల నక్షత్రములనను కలిగించి అనేక పరిశుద్ధవార్తైన మతునికే మిమ్మును సదాకాలమునకును తల్లిగా నియమించి సర్వేశ్వరుడు నేరస్థుడైన ఆదాము సంతతి యొక్క పాపమునుండి మమ్ము దొలగించి తమకు ప్రియురాలుగా మిమ్మును తెలుసుకొనిరి.

(ఒకరు.) మానవసంతతి మాలిన్యమగుటకు ముందు ఈ పరమనాయకిని సర్వేశ్వరుడు తెలుసుకొనిరి.

(అందరు.) ఆమెను తమఆలయమునందు వాసముచేయ జేసిరి.

(*ఒకరు) ఏలినరాలా! నామనవినివిన నవదరించండి.

(అందరు) నాఅభయ శబ్దము మీసన్నిధివరకు వచ్చును గాక —

ప్రార్థించెదము.

అర్చ్యశిష్టమరియమ్మా! ఎవరిని చేయివిడువనివారును త్రోసివేయనివారునైన మాతృరాజ్ఞీ! మాఏలినవారైన జేసుక్రీస్తునాథుని తల్లియైనవారా! భూలోకమునకు ఏ

లీనవతీ. మీకృపాదృష్టితో నన్ను వీక్షించి నాపాపములన్నిటికి ఓర్పుదయచేయునట్లు మీప్రియకుమారుని యొద్దప్రార్థించండి. ఇపుడు మీనిష్కళంకోద్భవమును మిగులభక్తితో కొనియాడుటవల్లను కన్యకయైనమీరు కనినవారును ఏకత్రిత్వముతో పరిపాలనము చేయువారునైన జీవితులును రాజ్యపరిపాలకులునై యుండు జేసుక్రీస్తునాథుని కృపవలన నిత్యభాగ్యమైన సంభావనను యిక పొందుదునుగాక. ఆమెన్ జేసు.

(ఒకరు) ఏలినరాలా! నాప్రార్థనను వినవధరించండి.

(అందరు.) నాఅభయశబ్ధము మీసన్నిధివరకు వచ్చునుగాక.

(ఒకరు) ఏలివారిని స్తుతించుదుముగాక.

(అందురు) సర్వేశ్వరునికి పొగడింపు కలుగునుగాక.

(ఒకరు) మృతిపొందిన విశ్వాసులయొక్క ఆత్మలు సర్వేశ్వరునికృపవలన సమాధానమునయు. విశ్రమించబడునుగాక.

(అందరు) ఆమెన్ జేసు. *

* ఈగురుతుమొదలుకొని † ఈగురుతువరకుగల జపములను ఆయూగి.శితము జపమునకు తరువాత చెప్పవలసినది.

మొదటిగణితము.

(ఒకరు) పరిశుద్ధపలినరాలా మీాకృపగల సహాయమును దయచేయండి.

(అందరు) నిర్మల పరిశుద్ధ కన్యకా! సకలశత్రువులనుండి నన్ను కాపాడండి.

(ఒకరు.) పితాకును, సుతునికిని, స్పిరితుసాంత్తుకును, స్తోత్రముకలుగునుగాక.

(అందరు) ఆదియందుండినట్టు ఇపుడును ఎపుడును అనాది సదాకాలమును స్తోత్రముకలుగునుగాక.

—:సంగీత జపము:—

జ్ఞానముగల కన్యకా! వర్ధిల్లుము. ఉచితముగా ఆశీర్వదింపబడినతల్లీ! సర్వేశ్వరుడు వాసముచేయుటకు పరిశుద్ధముగా కట్టబడినమందిరమా! అత్యోన్నతముగా చిత్రింపబడిన ఏడు సౌందర్యస్తంభములచేత అలంకరించబడినదానా!

భూమిమీాద విధించబడిన శాపమునుండి తప్పించబడి మీాఘుణాత వహించిన జన్మమునకుముందే పరిశుద్ధమును పవిత్రమునుగలవారుగా నుండిరి, జీవితులయొక్కతల్లీ! పరిశుద్ధముగా ప్రవేశించువాకిలీ! జాకోబను వారియొక్క నవనక్షత్రమా! సన్మన్నులయొక్క మహిమయైన రాజ్ఞీ! కనుపడెడు వరుసలు తీర్చబడిన వల్లభముగలసేనలవలె భయము రప్పించతగినదానా! క్రీస్తు

వుల హృదయములనుండి భయమంటిని పారద్రోలి మా శరణముగాను మావిశ్రమముయొక్క రేవుగాను యుండండి.

(ఒకరు) ఆమెను వారు పరిశుద్ధముగా కలిగించిరి.

(అందరు) వారు ఆమెను సకలసృష్టింపులకు పైగా హెచ్చించిరి.

(ఒకరు) ఏలినరాలా? నా ప్రార్థనను విన నవధరించండి.

(అందరు) నా అభయశబ్దము మీ సన్నిధివరకు వచ్చును గాక.

మూడవ గంభీతజపము

(ఒకరు) పరిశుద్ధ ఏలినరాలా. మీ కృపగల సహాయము ను దయచేయండి.

(అందరు) నిర్మలపరిశుద్ధకన్యకా సకలశత్రువులనుండి నన్ను కాపాడండి. సంగీత జపము.

వాగ్దత్తముయొక్క పెట్టే, సలోమోన్ యొక్క ఉన్నత సింహాసనమా! భయోత్పాతముగల మానవులకు కన పరచబడిన నమ్మకముయొక్క గగనవిల్లా, శోభనము గల దర్శనముయొక్క దట్టమైన వనమా. ఆరోనుయొక్క సౌందర్యమైన చేతికర్ర కీర్తి పొందిన జెదియోన్ యొక్క తుల్యకంబళమా! సర్వేశ్వరునియొక్క తెరవ బడిన వాకిలీ! సాంసోనియొక్క మధురమైన తేనెగూడా! మేము సర్వేశ్వరునికి మధురమైన సుగంధవాసనగా

యుండునట్లు వేడుకొనుము. నిర్మలపరిశుద్ధకన్యకా నిర్భాగ్యస్థితియైన పాపమాలిన్యముగల హేవనంతతియొక్క దోషమునుండి ఎడబాపబడినతల్లీ! నిత్యపితయొక్క యేకసుతుడైన మీదివ్యకుమారుడు ఎంతనత్ప్రీతమైన వారుగానున్నారు. మిమ్మును సకలపాపమాలిన్యమునుండియెడబాపునట్లు విశేషఅనుగ్రహమును మీనిమిత్తము ఏర్పరచియుంచిరి.

(ఒకరు) ఉన్నతస్థలమునందు నేను వేంచేసి యున్నాను.

(అందరు) నాసింహాసనము మేఘమండలముయొక్క స్థంబములోనున్నది.

(ఒకరు) ఏలినరాలా నా ప్రార్థనను విననవధరించండి.

(అందరు) నా అభయశబ్దము మీసన్నిధివరకు వచ్చునుగాక.

ఆరవ గణితజపము.

(ఒకరు) పరిశుద్ధ ఏలినరాలా మీకృపగల సహాయమును దయచేయండి-

(అందరు) నిర్మలపరిశుద్ధ కన్యకా సకలశత్రువులనుండి మమ్ము కాపాడండి-

సంగీత జపము.

మహాశకనికరము నిండిన యేలినవారియొక్క కన్యాతల్లీ! ఆరాధనకు అర్హమైన త్రిత్వముయొక్క ఆలయమా వర్ధిల్లుము. సన్మనస్కులయొక్క. సంతోషమా! పరి

శుద్ధత్వముయొక్క సొగసైన ఆలయమా? కష్టసంకటములలో నుండువారల సంస్థానమునకు ఆరుదలను గొనివచ్చుచున్నారు, కళంకములేని ఇంపము నొసగువనమా? ఓర్పుయొక్క జయమోవా? విరక్తత్వముయొక్క వృక్షమా, పశ్చాత్తాపముగల పాపాత్ములయొక్క తైలమా?

వాగ్దత్తముయొక్క నిలయమా? గురుత్వమునకు తగిన భాగ్యమా జన్మపాపమలినమునుండి తొలగింపబడిన పరిశుద్ధవతీ? దేవునియొక్క నగరా, మహాఉన్నతవతీ, తూర్పు దిక్కువాకిలీ? అత్యంతకృపనిండినదానా? మిమ్మే పొగడి కొనియాడుచున్నాము. మహాఅతిశయముగా ఆశీర్వదింపబడిన నిష్కళంకకన్యకా? మీపక్షపరా మరికగల ఆదరువునందు మేము శరణుజొచ్చుచున్నాము.

(ఒకరు) ముండ్లచెట్లలో లీలీ పుష్పముండులాగు,

(అందరు) ఆదాముయొక్క కుమార్తెలలోగా నాప్రియురాలుగా యున్నది.

(ఒకరు) ఏలినరాలా నాప్రార్థనను వినవధరించండి.

(అందరు) నాయభయశబ్దము మీసన్నిధివరకు వచ్చునుగాక.

తొమ్మిదవ గణితజపము.

(ఒకరు) పరిశుద్ధ ఏలినరాలా!

(అందరు) మాశరణుగల నగరా! వర్ధిల్లుము. దావీదుయొక్కయుప్పరిగా! వారవల్లభముగల సేనాసమూహామువల్లను జయధ్వజములవల్లను అలంకరింపబడినదానా వర్ధిల్లుము.

అనుగ్రహమును కరుణయును నిండినతల్లీ! భయమును క్లేశమును అనుభవించు పాపాత్ములమైన మేము మీ గర్భయుత్పత్తియైననిర్మలస్నేహాజ్వాలలవలన రగిలింపబడి మిమ్ముజూచి పరుగు బారివచ్చుచున్నాము. నాగచరమైన పిశాచి మీవలన అపజయమొందినది. యుద్ధగువారమందు భయపడని జూదిత్తను నామెవలె పరాక్రమముగల క్రియలచేత ఎచ్చటను కీర్తివహించిన స్త్రీ సౌందర్యముగల ఒకకన్యకవలన వయస్సుమించిన దావీదను వారు పోషించబడినలాగు నిత్యసుతుడైన సర్వేశ్వరుడు మీపరామరికచేత పోషింపబడిరి.

రాఖేలను నామె ఏజిప్తు దేశవు పోషకునికనినలాగు మీరును స్తుతింపతగిన ఒకరక్షకుని ఈప్రపంచమున కిచ్చితిరి.

(ఒకరు) నాప్రియురాలా, నీవు పూర్ణసౌందర్యవతివి.

(అందరు) జన్మపాపముయొక్క కళంకము మీయందు ఒకప్పటికిని ఉండినదిలేదు.

(ఒకరు) ఏల్లిసరాలా నాప్రార్థనను విన నవధరించండి.

(అందరు) నాఅభయశబ్దము మీవద్దకువరకు వచ్చుగాక.

ఎస్ పెర్ అను సాయంకాలజపము.

(ఒకరు) పరిశుద్ధ ఏలినరాలా మీకృపగల.........

(అందరు) నిర్మలపరిశుద్ధకన్యకా సకల శతృవులనుండి న
న్ను కాపాడండి.

సంగీత జపము.

సూర్యసంచారముయొక్క పదిరేఖలు వెనుకకు వచ్చిన
అభానను వానియొక్క సూర్యగడియారమా నిర్మలపరి
శుద్ధకన్యకయొద్దనుండి వారత్త్తైయైనదేవుడు అవతరించిరి. మ
ట్టు ప్రమాణములేనిదేవుడు తాము కలిగించిన నన్మనస్కుల
కంటె అధికముగా తగ్గి మానవరత్నము సంతతిని యి
చ్చి మా నరజాతికి మోక్షమును సంపాదించిపెట్టిరి.

మరియమ్మా మిమ్మును చుట్టుకుని పరమప్రకాశముయొ
క్క నీతిగల సూర్యుడు తమజ్యోతికిరణములను వీచ మీరు
మీగర్భఉత్పత్తిచేత వారి దేవప్రకాశమును గొని ప్రాతః
కాలమువలె చల్లని ప్రకాశముగలవారై యున్నారు.

నర్పముయొక్క జయశీలీ? ముండ్ల చెట్లలోగా లీలీయను
పుష్పమువలె ప్రకాశమానమై చంద్రునివలె యున్నారని
సమస్తవర్ణింపులును మిమ్మునుగూర్చి వర్ణించుచున్నవి.

(ఒకరు) గగనముయొక్క మారనిప్రకాశమును ఉదయింప
చేసితివి.

(అందరు) భూమియంతటను మూఢమంచువలె మూసితిని.

(ఒకరు) ఏలినరాలా! నాప్రార్థనను వినవధరించండి.

(అందరు) నాఅభయశబ్దము మీసన్నిధివరకునువచ్చుగాక.

కడపటివేడుదల.

(ఒకరు) ఏలినరాలా! మీరుమానిమిత్తము వేడుకొను వేడదలవల్ల మీకుమారుడైన జేసుక్రీస్తుయొక్క కోపము తగ్గి మమ్ము క్షమపరచుదురుగాక.

(అందరు) వారుమామీదగల తమకోపమును మార్చుదురుగాక.

(ఒకరు) పరిశుద్ధఏలినరాలా! మీకృపగల,.........

(అందరు) నిర్మలపరిశుద్ధకన్యకా సకల శత్రువులనుండి నన్ను కాపాడండి.

సంగీతజపము.

శక్తిగలకన్యకా మహాకీర్తిపొందినతల్లీ మహిమప్రకాశనక్షత్రములవల్ల కిరీటముధరించబడిన సౌందర్యముగలరాజ్ఞీ మోక్షముయొక్క ఉన్నతసింహాసనమున సర్వేశ్వరునికుడిపార్శ్వమునందు నిలువభాగ్యమునుపొంది పీతాంబరమువల్ల అలంకరింపబడినదానా ఏర్పరచబడిన వన్మనస్కులకంటె మహిమయందు హెచ్చికళంకములేని ఆత్మలపరిశుద్ధత్వము గలవారైయున్నారు. కృపయొక్క తల్లీ!సునమ్మికమీయందుకనిపించుచున్నది. మీమనవివలన సర్వేశ్వరుడు పాపాత్ములను విడుదలచేయుదురు. చల్లనిప్రకాశముగల సముద్ర న

పుత్రమా నావనష్టము పొందినవారల కన్నులను సంతసింపచేయు రేవా తెరవబడినవాకిలియును పాపాత్ముల శరణమునైన మీవలన మేము పరలోకరాజును కని అర్చ్యశిష్టుల మగుదుముగాక! ఆమెన్ జేసు.

(ఒకరు) మరియమ్మా మీనామము చిందిన పరిమళతైలమగును

(అందరు) మీ యూడిగస్తులు మిమ్మును మిగుల ప్రేమించియున్నారు. అర్చ్యశిష్టమరియమ్మా ఎవరిని చేయి విడువనివారును త్రోసివేయనివారునైన మోక్షరాజ్ఞి మాఏలినవారైన జేసుక్రీస్తునాధుని తల్లియైన వారా భూలోకమునకు ఏలినవతీ మీకృపాదృష్టితో నన్ను వీక్షించి నాపాపముల కన్నిటికిని ఓర్పు దయచేయునట్లు మీప్రియకుమారునియొద్ద ప్రార్థించండి. ఇపుడు మీ నిష్కళంకోద్భవమును, మిగుల భక్తితో కొనియాడుటవల్లను కన్యకయైన మీరు కనినవారును ఏకత్రీత్వముతో పరిపాలన చేయువారునైన జీవితులును రాజ్యపరిపాలకులునై యుండు జేసుక్రీస్తునాధుని కృపవలన నిత్యభాగ్యమైన సంభావనను ఇక పొందుదునుగాక.

ఆమెన్ జేసు.

(ఒకరు) ఏలినరాలా నాప్రార్థనను విన నవధరించండి.

(అందరు) నా అభయశబ్దము మీ సన్నిధివరకు వచ్చునుగాక.

(ఒకరు) ఏలినవారిని స్తుతించుదుముగాక.

(అందరు) పరేశ్వరునికి పొగడింపు కలుగునుగాక.

(ఒకరు) సర్వవల్లభముగల దయ నిండిన దేవుడైన పితా, సుతుడు, స్పిరీతు సాంతువైనవారు మనలను ఆశీర్వదించి రక్షించుదురుగాక.

(అందరు) ఆమెన్ జేసు.

సంగీతజపము.

వందనమునకు తగ్గ కన్యకా, మేము సుద్ధతలంపుతో వేదప్రమాణమునకు తగిన ఈగణితజపములను మీకు పాదకాణుకగా సమర్పించుచున్నాము. ప్రేమగల కన్యకా, పరదేశులమైన మేము క్రీస్తునాథుని దర్శించువరకు, మమ్మును నడిపించి మరణసమయములో సహాయముగా నుండండి. జన్మపాపగణువును, కర్మపాపపట్టుదలయును, చేరని శేఖ ఇదే.

(ఒకరు) కన్యకా నీగర్భయుత్పత్తియందు మీరు నిష్కళంకముగా నుండిరి.

(అందరు) మీరు కనినకుమారుని పితయొద్ద మాకొరకు వేడుకొనండి.

ప్రార్థించుదుము.

పరేశ్వరా స్వామీ, పరిశుద్ధకన్యకయొక్క కళంకము లేని గర్భఉద్భవముచేత మీకుమారునికి యోగ్యపీఠముగా ఆమెయుండ చిత్తమైతిరే, ముందు నియమించిన మీ

తిరుకుమారునియొక్క మరణమువల్ల ఆమెను సకలపాపమలినమునుండి రక్షించినలాగు మేమును పాపమలినములేక మీయొద్దకు రాను, ఎప్పుడును మీతోను స్పిరితుసాంక్తుతోను, ఏకసర్వేశ్వరుడుగానుండి, రాజ్యభారముచేయు మీతిరుకుమారుడైన జేసునాథస్వామి మీతిరుముఖమును జూచి మీరుమాకనుగ్రహము దయచేయువలయునని మిమ్ము ప్రార్థించుచున్నాము. ఆమెన్ జేసు.

(ఒకరు) అర్చ్యశ్రేష్ఠ కన్యమరియమ్మగారి కళంకములేని గర్భఉద్భవము,

(అందరు) మాశరణముగాను, కావలిగాను యుండునుగాక. ఆమెన్ జేసు.

మంత్రమాల ముగిసినపిమ్మట జపము. మహాపూజింపతగిన ఏకత్రిత్వమునకును స్లీవలో కొట్టబడిన ఏలినవారైన జేసుక్రీస్తునాథుని మనుష్యత్వమునకును ఒడ్డోలగ గణాతవహించి ఒక నాటికిని కన్యమహిమ చెడని ముక్తిభాగ్యము పొందిన మరియమ్మయొక్క కొరతలేని కన్యాత్వమునకును, సకల అర్చ్యశ్రేష్ఠుల కూటమునకును, సకలసృష్టింపులవలన స్తుతియును, స్తోత్రమును మహిమయును, పొగడ్తయును సదాకాలమును కలుగునుగాక, మనకోయనిన సదాకాలమును, పాపవిమోచనము కలుగునుగాక, ఆమెన్ జేసు.

(ఒకరు) నిత్యపితయొక్క సుతుని మోసిన కన్యమరియమ్మయొక్క ఉదరము భాగ్యముపొందినది.

(అందరు) పీలిసవారైన క్రీస్తునాథుడు గ్రోలిన స్తన్యములు భాగ్యము పొందినవి.

దేవరతల్లి సమర్పణజపము.

మిక్కిలి పరిశుద్ధకన్యకా, పరలోక భూలోకములకు గొప్పరాజ్ఞీ మాహృదయమంతటితో మీకు మహిమ గౌరవములు చెల్లించుటకు మీపాదాలఎదుట సాష్టాంగముగా పడుచున్నాము. మీయొక్క నిష్కళంక జన్మమును సన్మానించుటకును మీయెడల ప్రేమయును కృతజ్ఞతయును చూపుటకును మమ్మందరినిసదామీకొప్పగించుచున్నాము. మానులైన స్త్రీపురుషులను, తలిదండ్రులను వృద్ధులు, బలహీనులు, బీదలను, అనాథులను, మాకుటుంభములను, స్నేహితులను, మావిచారణలో యున్న వారలను మీకొప్పగించెదము. మాసంతోషము, దుఃఖములు, పనులు మాయాత్మశరీరములను, మాజీవితకాలమంతయు మాకడ శ్వాసమును మీకు సమర్పించుచున్నాము.

ఓనిష్కళంకమాతా, ఈగొప్పసమర్పణను అంగీకరించి మేము పాపము తప్పించి పుణ్యముచేయుటకును, పరిశుద్ధముగా జీవించి మృతిపొందుటకును, మీయొక్క దివ్యకుమారుని తిరుహృదయానుగ్రహమును దయచేయుదురుగాక, ఆమెన్ జేసు.

కన్యరాజ్ఞి సభలో చేరువారలు ఇచ్చు వాగ్ధత్తము.

గురువు—కుమారుడా, యెందునిమిత్తము కన్యమరియమ్మ యొక్క పీఠము దగ్గఱకు వచ్చితివి?

కుమారుడు—తండ్రిగారా, కన్యమరియమ్మ యొక్క సభలో చేరుటకు అధిక ఆశతో వచ్చియున్నాను.

గురువు—కుమారుడా, ఇందులో ఇమిడియుండే విధులన్ని విశ్వాసముతో అనుసరించుటకు ప్రియాశపడుతావా?

కుమారుడు—అవునుస్వామి ఈవిధులన్ని నాకు బాగా తెలియును, దేవునిసహాయముచేతను, దేవమాతయొక్క అనుగ్రహామువల్లనున్ను వాటిని విశ్వాసముతో అనుసరించుటకు రోజురోజు ప్రయాశపడుతాను.

గురువు—కన్యమరియమ్మ సభవార్లయొక్క క్రమములున్ను, భక్తిగల అభ్యాసములున్ను బాగుగా అనుసరించుటకు వాగ్ధత్తము ఇచ్చుచున్నావా?

కుమారుడు—అవును స్వామీ, కన్యమరియమ్మ చేసినవిధముగా వాటినన్నిటిని అనుసరిస్తాను,

గురువు—కుమారుడా, కన్యమరియమ్మ సభవార్లకు ఉండవలసిన ముఖ్యపుణ్యములగు విరక్తత్వము దీనత్వము విధేయత్వము పరస్నేహము సంపాదించుటకు వాగ్ధత్తము చేయుచున్నావా?

కుమారుడు—అవునుస్వామి, పరిశుద్ధ కన్యమరియమ్మవతె

ఈపుణ్యములను అనుసరించుటకు ప్రయాశ పడుచు
న్నాను.

గురువు—కుమారుడా నీయొక్క యాశలున్ను మంచినడ
వడికలున్ను చూచి కన్యమరియమ్మయొక్క సభలో
నిన్ను చేర్చుకొనుచున్నాను. నీవుచేసిన వాగ్దత్తములు
అందరికి తెలియునట్లు నీహృదయసమర్పణజపము, జ
న్మపాపములేక యుద్భవించిన మరియమ్మకు జెప్పుము.

I. స్వరూపము ఇచ్చునప్పుడు:—ఈసభలో చేరినవార్ల
కు గురుతుగా ఈస్వరూపమున్ను, రిబ్బనున్ను, పుచ్చు
కొనుము.

II. పుస్తకమిచ్చునపుడు:— ఈ కన్యమరియమ్మయొక్క
సభలో వాడుకప్రకారము పుస్తకము పుచ్చుకొని అం
దులో వ్రాసినప్రకారముగా, విశ్వాసముతో ప్రతిదిన
ము నడుతువుగాక. ఆమెన్ జేసు.

స్వరూపమిచ్చునప్పుడు:—ఈస్వరూపమును భక్తితో
ధరించుకొని నీయొక్క మంచినడతవల్ల కన్యమరియమ్మ
యొక్క బిడ్డవని చూపించుము.

సమర్పణము. (ఆస్పైరెంట్లు)

మీసభలో ఆస్పైరెన్ట్లుగా చేర్చబడినామని సం
తోషముపొంది మీపీఠము దగ్గఱ సాష్టాంగముగాబడి పా
పములేక యుద్భవించిన మరియమ్మా

మీపిల్లలసభలో చేరడానికి నాకు ఎంత అభిలాషయు

న్నదో అటువంటిదయ నాకు గలిగినట్లు మాధుర్యమైన తల్లీ, నెనరుగల తల్లీ, మీసముఖమున మీపిల్లలకుఉండవలసిన పుణ్యములను సంపాదించుటకును అటుమీద నాభక్తి చేతను స్నేహముచేతను విధేయత్వముచేతను నాసహోదరులకు మంచిమాదిరికైయుండుటకును నానిండుభలముతో ప్రయాసపడి గట్టిమనస్సుతో ప్రతిజ్ఞ చేయుచున్నాను.

అయితే ప్రియమైనతల్లి నాకు భలమును స్థిరమును లేదని మీకు దెలిసియేయున్నది. నాభలముగల పాలకురాలా నాసహాయమునకు రండి. నీప్రియకుమారుని ప్రార్థించుకొని నేను యిచ్చిన ఈమంచిప్రతిజ్ఞలను మరువక, వాటినిసరిగా ననుసరించులాగు కావలసినసహాయమును నడగించి. నాజీవితకాలమంత వాటిని అనుసరించి ఈయిహమందును పరమందును మీయొక్క ప్రియమైన కుమారుని యగుదునుగాక.

జ్ఞానపలవివరణ.

1. చావైన పాపయశుద్ధమును, దానినరకయాజ్ఞను, పశ్చాత్తాప దేవద్రవ్యానుమానముచేతను, నివారణమగుచున్నవి.

2. అనిత్యశిక్షను ఇహమందైనను, ఉత్తరించుస్థలమందైనను యనుభవించవలెను.

3. జేసునాథుడు, దేవాంబ మొదలగు అర్చ్యశిష్టుల

పరిహారఫలములో తిరుసభ మనకు పాలివ్వగలదు. "నీవు ఈలోకములో విప్పునదంత, పరలోకములోను విప్ప బడును"

4. మనము కర్త్తనియమవయవముగనుక, వారియు, వారి అవయవములగు అర్చ్యశిష్టులయు మేలులు మనకు ప్రయోజనముగా యుండవలెను.

5. వారి పరిహారఫలములను, కొన్ని జపాల చెల్లింపు మూలముగా, తిరుసభ మనకు యొసగుచున్నది.

6. పరిపూర్ణ ఫలమంటే: అనిత్యశిక్షయొక్క పూర్ణనివారణము.

7. చిల్లరఫలమంటే: నిత్యశిక్షయొక్క కొంతభాగ నివారణము.

8. ఇన్నిదినాలఫలమంటే: పూర్వీకపు అన్నిరోజుల జపతపముచే అయ్యే ఉత్తరింపుఫలము.

9. ఉత్తరించుయాత్మలకు ఈఫలముల నొప్పగింప తిరుసభ ఉత్తరు విచ్చుచున్నది.

ఫలములనొంద మూడువిశేషములు.

i ఆత్మస్థితి.

1. ఫలమును బొంద ఆత్మము చావైన పాపరహితముగా నుండవలెను.

2. పరిపూర్ణఫలముబొంద స్వల్పపాప యాలోచింపు గావలయును.

ii తలంపు.

1. పాపుగారు కల్పించిన యభిప్రాయము ననుసరించు తలంపుగావలెను.

2. పైతలంపు మాటిమాటికి అక్కరలేదు. ఫలదినాధిసంఖ్య యెరుగనవసరములేదు.

3. పొత్తు తలంపు చాలును. ప్రతిరోజు నూతనింపు మంచిది.

4. ఎవరికొరకొప్పగించేదనిన్ని తీర్మానముండవలెను.

iii కట్టడలు.

1. వాటిని, నియమితకాలముననూ, విధముననూ, దుఃఖహృదయముతోను చెల్లించవలెను.

2. పరిపూర్ణ ఫలమొంద సాధారణముగా పాపసంకీర్తనము దివ్యభోజనము, గుడిసందింపు, పాపుగారితలంపుకొరకు వేడుదలయగు నాలుగు కావలయును.

3. వారి ఫలములన్ని బొంద చాపైన పాపములేనియెడల 15 దినముల కొకసారి పాపసంకీర్తనము చాలును.

4. పలుపరిపూర్ణఫలములను బొంద ఒకదివ్యబోజన పరిగ్రహింపు చాలును.

5. గుడిసందింపు, పాపుగారికొరకై వేడుట, ఎన్నిఫలములో యన్నిమార్లు చెల్లింపవలెను.

6. పాపుగారితలంపు యేమనగా, తిరుసభయనుకూల

మహిమ విశ్వాసయాపకము, పతితమార్గహతము, క్రీస్తు రాజుల సమాధానము. పాపుగారి యారోగ్యము.

7. పైతలంపులవింగడింపు నక్కర లేదు. వారితలంపు నెరవేర్పునకని పొత్తు వేడుదల చాలును.

సంగమువారు బొందగల పరిపూర్ణ ఫలములు.

1. తమ పాపములకై నిజమైన మనస్తాపముతో, పాపసంకీర్తనముచేసి దివ్యసత్ప్రసాధము దీసినట్టయితే కూటములో చేరినరోజు ఒక పరిపూర్ణ ఫలము నొందగలరు.

2. మరణసమయములో నొకటియు (3) స్వామిపుట్టినదినమున, జేసునాథస్వామి మోక్షారోహణ పండుగనాడు, జన్మ రాజ్ఞీపండుగనాడు, కన్యమరియమ్మ పుట్టినపండుగనాడు, మంగళవార్త పండుగనాడు, దేవరతల్లి మోక్షమున కెత్తబడిన పండుగనాడు, ఈదినములలో సత్ప్రసాధము దీయుటచే నొకటియు, (4) మార్గచూపరివల్ల నియమింపబడిన ప్రతిసారి కూటమున కేళ్ళేటప్పుడెల్ల సత్ప్రసాదము దీసినను, సభకై ఏర్పర్చబడ్డ గుడినిసందించి, పాపుగారి తాత్పర్యమునకును జపించినయెడల నొక పరిపూర్ణఫలమును (5) ఈసభవారు సభ నియమించిన స్థలమున, లేక వేరొక గుడిని దర్శించి పొత్తుతో, దివ్యసత్ప్రసాధములో కొన్ని యెడల సంవత్సరమునకు రెండుసార్లు పరిపూర్ణఫలము గలుగును. (6) దేవరతల్లి పుట్టినపండుగ ఈసభలో ముఖ్య

మైనది. ఈదినము గుడిని నందించి సత్ప్రసాధము దీసిన నొక పరిపూర్ణఫలము. (7) ఈసభవారలు 10 దినములుగాని 7ది. గాని 8ది. గాని అజ్ఞాతవాసము చేసినందువలనను యొక పరిపూర్ణఫలము. (8) సభలోని కాయలావారిని మార్గ చూపరి సందించిన ప్రతిసారిన్ని ఆయనవల్ల కొన్ని సద్బుద్ధులను పొందినను దివ్యసత్ప్రసాదములో కొని సావుగారి తాత్పర్యమునకుగాను 8 జ్యో. 8 ప్ర. ప్రీత్యం. వేడుకొన్నను నొక పరిపూర్ణఫలము గలుగును.

అసంపూర్ణఫలము.

ఈదిగువ జెప్పబోవు కార్యములను అనుసరించే సందికు లకు 7 సంవత్సరములు అసంపూర్ణఫలముగలుగును.

1. తిరుసభలో విశ్వాసునియొక్కగాని, ఈసభలోని యేదొకరు చనిపోయినను యాపేతముతో సమాధివరకు వెంబడించే టందుచేతను,

2. భక్తితో ఈసంగము గుడిలోయుండి గురువుల ప్రసంగము వినుటచేతను,

3. వారములో ప్రతిసారి పూజకనుటచేతను,

4. ప్రతిదినము యాత్మశోధన జేసినందుచేతను,

5. ఈసభవారిలను దర్శించినను, లేక కాయలావారిని బీదవారిని పరామర్శించుటచేతను,

6. విరోధులను సమాధాన పరుచుటచేతను, అసంపూర్ణఫలము లొందగలరు.

దేవమాతప్రార్థన.

స్వామి కృపగా నుండండి
క్రీస్తువా కృపగా నుండండి
స్వామి కృపగానుండండి
క్రీస్తువా మాప్రార్థనవిన నవధరించండి
పరలోకమందుండెడు పితయైన సర్వేశ్వరా
లోకము రక్షించిన సుతుడైన సర్వేశ్వరా
ఇస్పిరితు సాంతువైన సర్వేశ్వరా
పరిశుద్ధత్రీత్వముగా నుండె ఏకసర్వేశ్వరా

మాకు దయచేసి రక్షించండిస్వామి.

అర్చ్యసిష్ట మరియమ్మ
సర్వేశ్వరునియొక్క అర్చ్యసిష్టమాత
కన్యకలలో అర్చ్య-కన్యక
క్రీస్తువుయొక్క మాత
దేవిష్టప్రసాదముయొక్క మాత
మహాపరిశుద్ధమాత
మహావిరక్తిగానుండెడుమాత
నిర్మలమయిన మాత
కన్యాశుద్ధము చెడనిమాత
స్నేహమునకు దగినమాత
ఆశ్చర్యమునకు దగినమాత
సృష్టకునిమాత

మాకొఱకుగాను వేడుకొనండి.

రక్షకునిమాత
మహావివేకముగల కన్యకా
మహా పూజ్యమైన కన్యకా
స్తుతింపబడ్డ యోగ్యమైనకన్యకా
శక్తిగల కన్యకా
దయగలకన్యకా
విశ్వాసముగల కన్యకా
ధర్మమురొుక్క అద్దమా
జ్ఞానమురొుక్క ఆలయమా
మానంతోషమురొుక్క కారణమా
జ్ఞానాపాత్రమా
మహిమకుదగిన పాత్రమా
అత్యంతభక్తియొుక్క పాత్రమా
దేవరహాశ్యముగల గోజపుష్పమా
దావీదురాజుయొుక్క గోపురమా
దంతమైమైన గోపురమా
స్వర్ణమైమైన హాలయమా
వాగ్ధత్తమురొుక్క పెట్టే
మోక్షమురొుక్క వాకిలీ
ఉదయకాల నక్షత్రమా
వ్యాధిగ్రస్థులకు ఆరోగ్యమా
పాపాత్ములగ. శరణమా

మాకొరకుగాను వేడుకొనండి..

కన్నిపడెడువారలకు ఆదరువా
క్రీస్తువులయొక్క సహాయమా
సన్మనస్సులయొక్క రాజ్ఞీ
పితాపిత్రులయొక్క రాజ్ఞీ
దీర్ఘదర్శులయొక్క రాజ్ఞీ
అపోస్తులయొక్క రాజ్ఞీ
వేదసాక్షులయొక్క రాజ్ఞీ
స్తుత్యులయొక్క రాజ్ఞీ
కన్యస్త్రీలయొక్క రాజ్ఞీ
సకల అర్చ్యశిష్టులయొక్క రాజ్ఞీ

మాకొరకు ప్రార్థించండి.

జన్మపాపము లేక యుద్భవించినరాజ్ఞీ
మహా పరిశుద్ధ జపమాలరాజ్ఞీ
సమాధానముయొక్క రాజ్ఞీ

లోకముయొక్క పాపములను పరిహరించెడు సర్వేశ్వరునియొగ్గ దివ్యగొఱ్ఱెపిల్లయైన జేసువా,

మాపాపములను ఓర్వండి స్వామి,

లోకముయొక్క (మొదలయినవి,)

మేమున్ను, జేసుక్రీస్తునాధుని దివ్యవాగ్దత్తములకు మేము పాత్రులమగునట్టు.

సర్వేశ్వరునియొక్క పరిశుద్ధమాత మాకొరకుగాను వేడుకొనండి.

ప్రార్థించుదుము.

మాయేలినవారైన సర్వేశ్వరా, మాహృదయములోను, శరీరములోను, మేము సదాసౌఖ్యము ననుభవించులాగును, నిత్యకన్యకయైన అర్చ్య-మరియమ్మ ప్రతాపచనువల్ల ఇప్పటి దుఃఖదురితమునుంచి మేము విడుదలయియి నిత్యానంతోషమనుభవించేలాగును కృపచేయ మిమ్ము మనవిచేయుచున్నాము. మాయేలినవారైన జేసుక్రీస్తునాథుని తిరుముఖమును జూచి వీటిని మాకు పాలించండి.

ఆమెన్ జేసు॥

జన్మపాపములేక యుద్భవించిన మరియాయనుజపము.

జన్మపాపములేక యుద్భవించిన మరియమ్మా పాపులకు శరణమా, ఇదిగో పరుగెత్తివచ్చి మీశరణు జొచ్చితిమి. మామీద నెనరుగానుండి మాకొరకు మీదివ్యకుమారుని వేడుకొనండి. (మూడుసార్లు) శ్యోతి॥ ప్రియ॥ త్రీత్వ॥

సత్ప్రసాధ జపము.

1. ఓపాలూతారిస్ హొస్తియా,	1. రతశరఅప్పమా.
క్వేచేలిపాండిస్ ఓస్తియుం బెల్లప్రి ముంత్ హోస్తిలియా,	మోక్షద్వారము తెరువుమా వైరిపోర్లు మమ్మణచెదవు,
దారోబుర్ ఫెర్ ఓక్సిలియుం	ఒసగు మాకు బలిమితోడున్.

2\. ఊనీ త్రినో క్వేదోమిం నో
సీంత్ సెంపితేర్న గ్లోరియా
క్వీవీతం సీనే తెర్మి నో
నోబిస్ దోనెత్ ఇన్ పాత్రి
యం. ఆమెన్॥

2\. ఏక త్రిత్వనాదునికి
ఎల్లకాలము స్తుతి
అంత్యరహిత జీవమును
స్వంత దేశమున మాకియ్య
ఆమెన్ జేసు॥

తాంతొవెర్గో.

1\. తాంతుం ఎర్గొ సాక్ర
మెంతుం
వేనెరేముర్ చెర్నుయి
ఎతాంతికుం దొకుమెంతుం
నొవొ చెదాత్రీతుయి
ప్రెస్తెత్ ఫిదెస్ సుప్లె
మెంతుం
సెన్సూవుం దెఫెక్తుయిం.

1\. అట్టి దేవద్రవ్య అనుమా
నంబును [ము.
శిరమువంచి వందించుదు
పాత వేద ఒప్పందము
క్రొత్త రీతియై తొలగన్
విశ్వాసముతో నొసగన్
ఇంద్రియంబుల హీనకొర
తకు.

2\. జేనితోరి జేనితోక్వే
లావుస్ ఎత్ జూబిలాసియో
సాలుస్ ఓనోర్ వీర్తూస్
క్వొక్వే
సీత్ ఎత్ బెనేదిక్సియో
ప్రొచెదెంతి అబ్ ఉత్రోక్వె
కుంపార్ సిత్ లౌడాసియో
ఆమెన్॥

2\. జనకునికి జనతునికి
స్తుతియు స్తోత్రమును
నుతి, మహిమ, మరిబలిమి
అతి అర్చనయును సల్లే
ఇద్దరునుంచి వెడలువారికి
అట్టి దేహ గడతయుండన్॥
ఆమెన్ జేసు॥

గురువు-పానెందె చెలో ప్రెస్థి తిస్థిఏయిస్ (అల్లేలుయా)

శిశువు-ఓమ్నె డెలెక్త మెంతుం ఇన్స్సఅబేఎన్తెం (అల్లేలుయ)

లౌదా తె.

1. లౌదా తెదో మినుం ఓమ్నెస్ జేంతెస్.

లౌదా తెఏయుం ఓమ్నెస్ పోపులికోనియుం కోన్ ఫిరమాతాఎస్త్ సూపెర్ నోస్ మీజెరికోర్ధియాఏయుస్,

ఎత్ వెరితాస్ దోమినిమానెత్ ఇన్ఏతేర్నుం.

2. గ్లోరియాపాత్రి ఎత్ ఫీలియోఎత్ స్పిరితుయిసాంక్తో.

సీకుత్ ఎరాత్ ఇన్ప్రించిపియోఎత్ నుంక్ ఎత్ సెంపెర్ ఎత్తిన్ సెకులసెకులోరుం.

ఆమెన్॥

పరలోకమునుంచి వాళ్లకు అప్పమును ప్రసాదించితిరి,

తనలో సకలమధురమును గొనియున్నది.

సకలజనులారా కర్తని పొగడండి.

సకలప్రజలారా వారిని స్థుతించండి. ఏలనంటె వారి దయాళత్వము మనమీద స్థిరమైయున్నది.

కర్తని వాస్తవ్యము సర్వదా నిలిచియున్నది.

పితకును సుతునికిని, స్పిరితుసాంతుకును స్తోత్రము కలుగును గాక.

ఆదియందుండినట్టు ఇప్పుడును. ఎప్పుడును, అనాధి సదాకాలమును స్తోత్రము కలుగునుగాక. ఆమెన్ జేసు

దేవమాతకీర్తన.

1	1
ఆవెమారిస్ స్తేల్ల	సముద్రనక్షత్రమానమః
దేయి మా తెర్ ఆల్మ	సర్వేశ్వరా నిర్మలాంబ
అత్క్వెసెంపెర్ వీర్గో	సదాకాలకన్యా
ఫేలిక్సెలిపోర్తా.	మోక్షభాగ్యవాకిలీ.
2	2
సూమెంస్ ఇలుడావె	ఆవందనమునొంది
గాబ్రియెలిసోరె	గాబ్రియేల్ నోటినుండి
ఫుంద నోసిన్ పాసె	సమాధానమియ్యుమాకు
మూతంస్ ఎవేనోమెం.	ఏవనామముగూర్చి.
3	3
సోల్వెవింక్ల రేయిస్	నేరస్థుల గొలుసువిప్పు
ప్రోఫెర్ లుమెంసేసిస్	అంధకులకొపగు వెలుతురు
మల్లనోస్త్రపెల్లె	మాదుచేటులుబాపు
బోనాకుంకాపోసె.	సకలమేలులువేడు.
4	4
ముంస్త్రాతెస్సెమాత్రెం	మీరుమాకుతల్లిగానున్నట్లు చేయుండి
సుమతే ఫెర్ తె ప్రెసెస్	మాకొరకు జన్మితుడు
క్విప్రోనో బిస్ నాతుస్	మీప్రియమైనపుత్రుడు
తులితెస్సెతుఉస్.	మామనవులుచేకొందురుగాక

5

వీర్గొ సింగులారిస్
ఇంతెర్ ఓమ్నెస్ మీతిస్
నొస్ కుల్పిస్ సొలుతొస్
మీ తెస్ ఫా కెత్ కాస్త్రొస్

5

ఉత్తమకన్యకా
అందరికంటె అధికశాంతిని
కల్మషములకడచేసి.
కావించుశాంతతుల్యుల
నుగా.

6

వీతం ప్రెస్థ పురం
ఈంతెర్ పారతుతుం
ఉత్ విదేంతెస్ జేసుం
సేంపెర్ కొలెతేముర్.

6

పావనజీవ్యమీయ్యు
భద్రితో త్రోవనుజూపు
జేసువును దర్శించను
సదాస్తుతిసల్పను.

7

సిత్ లౌస్ దెఒపాత్రి
సొమ్మొ క్రీస్తొ దేకుస్
స్పిరితుయి సంక్తొ
త్రిబుసొనోర్ ఉనుస్
ఆమెన్॥

7

దేవపితకునుతి
ఉన్నతక్రీస్తునకుకీర్తి
స్పిరితుసాంక్తునకును
ముగ్గురికొకెమహిమ
ఆమెన్ జేసు॥

Magnificat.

అర్చసిష్ట కన్యామరియమ్మ సంగీతము.

1. మాగ్నిఫికాత్ అని
మమేఅదోమినుం

1. నాయాత్మమైనది ప్ర
భువుని నమస్కరించి స్తోత్ర
ముచేయుచున్నది.

2. ఏ తెక్సుల్ తవిత్ స్పిరితుస్ మేవుస్, ఇన్ దేఓసాలుతారిమేఓ

2. నారక్షణయైన సర్వేశ్వరునియందు నాయాత్మ ఆనందముగా లేచి సంతోషించెను

3. క్వియ రెస్పెక్ సిత్ ఉమిలితాతెం అంక్సిల్లాసు ఏ ఎక్సె ఏనింఎక్ బెక్ బేఅతం మెదిసెంత్, ఓమ్నెస్ జెనెరసి ఓనెస్.

3. అదియేలనంటే ఆయన తనసేవకురాలియొక్క దీనస్థితిని కృపాకటాక్షముతో చూచినారు. అందుచేతయిదిగో ఇకాలము మొదలుకొని సకలతరములు నన్ను భాగ్యవంతురాలని చెప్పేరు.

4. క్వియా ఫెసిత్ మియి మాగ్న క్వి పొతెన్ జెస్త్ ఎత్ సంక్తుం నొమెం ఎజుస్.

4. ఏమంటే శక్తిమంతుడు గొప్పకార్యములను నాయందు చేయనవధరించినారు. ఆయననామముపరిశుద్ధమైయున్నదే.

5. ఎత్ మిసెరికొర్దియా ఏజుస్ అప్రొజెనిఏ ఇన్ప్రొజెనిఏస్ తిమెంతిబుస్ ఏఉం.

5. ఆయన కృపతరతరములుగా ఆయనకు భయపడేవార్లమీదనుండును.

6. ఫెసిత్ పొతెంసియాం ఇన్ బ్రాకియొసుఒదిస్పెర్సిత్

6. ఆయన తన బాహువుయొక్క భలమున్ను చూపి

సుపేర్ బోస్ మెన్ తె కోర్ దిస్ సుయి.

తమ హృదయము యొక్క విచారముచేత గర్వముగల వారను చెదరగొట్టినారు.

7. దెపొజుయిత్ పొతెం తెస్ దెసెదెవ తెస్సల్ తా విత్ మిలెస్.

7. బలవంతులను ఆసనమునుంచి పడద్రోసి దీనులను ఎక్కించినారు.

8. ఎసురిఎన్ తెస్ ఇమ్ ప్లెవిత్ బొనిస్,ఎత్ దివి తెస్ దిమిజితిననెస్.

8. ఆకలిగొనియుంచేవార్లను మేలులతో తృప్తి పరిచి ధనవంతులను వట్టిచేతులతో పంపివేసినారు.

9. సుసెపితిస్రి ఎల్ పుఎరుం సుఉంరేకోర్ దాతుస్ మిసెరికోర్ దిఏసుఏ

9. తనకృపజ్ఞాపకముచేసి తనదాసులైన ఇస్రయేయులను పరిగ్రహించినారు.

10. సికుత్ లోకుతు జెసత్ అద్ పాత్రెస్ నొస్ త్రొస్ అబ్రాహాం ఎత్ సెమినిఎజుస్ ఇన్ సెకుల.

10. అబ్రహామనేవారికిని సదాకాలము వానియొక్క సంతతివార్లైన మాపితృలకును ఆయన అనతిచ్చిన ప్రకారముగా తనకృపజ్ఞాపకము చేసినారు.

11 గ్లోరిఅపాత్రి ఎత్ ఫి
లియొయ్యో ఎత్ స్పిరితుయిసంక్తో
సికుతెరత్ ఇన్ ప్రిన్సిపియో
ఎత్ నున్క్ ఎత్ సెంపేర్ ఎత్
ఇన్ సేకుల సెకులోరుం.

ఆమెన్॥

11. పితకును, సుతునికు
ను, ఇస్పిరితుసాంక్తుకును స్తో
త్రముగలుగునుగాక. ఆదిలో
గలిగినవ్రిత్వ ఇప్పుడును ఎ
ప్పుడున్ను అనాదినధాకాల
ము స్తోత్రముగలుగునుగాక॥

ఆమెన్ జేసు॥

Te Deum.

తేదేయ్యుం లూదాముస్.

తెదోమినుం కంఫి తెముర్.

తెవ తెర్నుం పాత్రెం ఒమ్నిస తేరావేనెరతుర్.

తిబి ఒంన్నెస్ అస్ జెలితిబిసెలి ఎతునివేర్ సెపొతెస్ తతెస్.

తిబి కెరుబి మెట్ సెకఫిమ్మిన్ సే సబిలివోసెప్రొక్లమంత్

సంక్తుస్, సంక్తుస్, సంక్తుస్, దోమినుస్ దెవుస్ స బవొత్.

ప్లెనిసాంత్ చెలిఎత్ తెరమజెస తతిస్ గ్లోరిఎతుఎ.

తెగ్లోరి ఓసుస్ అపస్ తోలోరుంకోరుస్.

తెప్రొఫెతరుం లోదబిలిస్ను మెరుస్.

తెమర్తిరుంకందిదాతుస్ లోద తెజ్గెసితుస్.

తెపెర్ఓర్బెం తెరరుం సంక్త కంఫె తెతుర్ ఎక్లెజి అ.

పా త్రెము మెన్ సెమజెస తతిస్.

వెనెరండుంతు ఉం వేరుం ఎత్ ఉనికుంఫిలిఉం.

సంతుం క్వొక్వెపారక్లితుం స్పిరితుం.

తు రెక్స్ గ్లొరి ఎక్రిస్తే.

తు పాత్రిస్ సంపితెర్నుజెస్ ఫిలియుస్.

తు అడ్లి బెరందుం సుసెప్తురు సోమినెం నోం నొరుయిస్తి వీర్జినిస్ ఉతైరుం.

తుదెవిక్తోమోర్తిసకులెవ్ అపెరుఇస్తి క్రెదెన్తిబుస్ రెగ్న సెలోరుం.

తుఅద్ దెక్సైరం దెయిసెదెస్ ఇన్ గ్లోరి అపాత్రిస్.

జుదెక్స్ క్రెదెరిస్ ఏసే వెతురుస్ (మోకాళ్లమీద యుండుట.)

తెవెర్ గొక్వెజుముస్ తు యిస్ ఫములిస్ సుబ్ వెనిక్వో స్ప్రెసిఒజోసంగ్వినె రెదెమిస్తి.

ఎతెర్నఫాకుంసన్ క్తిస్ తుయిస్ ఇన్ గ్లోరిఅనుమెరరి.

సల్ వుంఫక్ పొపులుంతుఉం దొమినెఎత్ బెనదికె రెదితతిటప్.

ఎత్ రెజెఎటిన్ ఎత్ ఎక్స్తోలెయిలోసుస్ క్వెఇస్ ఎతెర్నుం

పేర్ సింగులోస్ దిఎస్ బెనదిసిముస్ తె.

ఎత్ లౌదాముస్ నోమెస్తు వాం ఇన్ సేకులుం ఎత్ ఇన్ సేకులుంసెకులి.

దిగ్నరే దొమునె దియెయిస్ తోసిన పెక్కాతో నొస్ కుస్తోదిరె.

మిజెరెరెనోస్త్రీ దొమినెమిజెరెరెనోస్త్రి.

ఫీఆత్ మిజెరికోర్డిఆతువ అదొమినెసుపెర్ నోస్ క్వెమ ద్మోదుం స్పెరవిముస్ ఇన్ తె.

ఇన్ తెదొమినెస్పెరవినోన్ కోంఫొందార్ ఇన ఎతెర్ నొం.

గురువు—బెనెదికముస్ పాత్రె మెత్ ఫిలిఉంకుం సన్క్తో స్పిరితు.

శిశువు—లౌదెముస్ ఎత్ సుపెర్ ఎగ్జల్తెముస్ ఎఉంఇన్ సెకుల.

జన్మమసిలేనిమరియ
దివ్యప్రియుంబుమాత
చెలిమికలిమికన్య
వర్ధిల్లా, వర్ధిల్లా...

2

దావీదురాజగోత్రమే
మోక్షవాసుల స్తోత్రమే
నిర్భన్నిజ్ఞానపాత్రమే
వర్ధిల్లా, వర్ధిల్లా...

3

హేవమ్మ పేరుమోర్చితిరే
ప్రకాశలోదపువ్వే
జేసునుకన్న మాతవా
వర్ధిల్లా, వర్ధిల్లా...

4

పితావుయొక్క కుమార్తె
నిత్యసుతునిమాత
సీతిస్పిరితునిమాత
వర్ధిల్లా, వర్ధిల్లా...

5

జన్మమసిలేనిమరియ
దివ్యప్రియుంబుమాత
సీతిస్పిరితు నెయ్యోరే
వర్ధిల్లా, వర్ధిల్లా...

సత్ప్రసాదములోఁగొనుటకు ఆత్మజపములు.

విశ్వాసప్రకరణము:—నాదివ్యజేసువా దేవరవారు దివ్యసత్ప్రసాదములో నిజముగా వేంచేసియున్నారనియు నేను దివ్యసత్ప్రసాదము పుచ్చుకొనునపుడు మీదివ్యశరీరమును రక్తమును ఆత్మను దేవత్వభావమును, నిజముగా పుచ్చుకొనుచున్నాననియు, దృఢముగా విశ్వసించుచున్నాను॥ ఆమెన్ జేసు॥

ఆరాధనప్రకరణము:—నాదివ్యజేసువా నన్ను సృష్టించి, రక్షించి పరిపాలించెడి కర్త మీరే కాబట్టి ఈపరమదివ్యసత్ప్రసాదములో మిమ్ము నమస్కరించి ఆరాధించుచున్నాను. ఆమెన్ జేసు.

దైన్యప్రకరణము:—నాదివ్యజేసువా నేను అవలక్షణపాపబురదలో పొర్లి అసుద్ధ దుర్గంధముగా యున్నాను. ఇంత నీచుడనుగానుండెడి నాయందు దేవరవారు వేంచేసివచ్చుటకు నేను పాత్రుడనుగాను. కాబట్టి తమవరప్రసాదమువల్ల నన్ను పరిశుద్ధపరచి మీరే నాహృదయములో మీకు తగిననివాసమును అమర్చనవధరించండి.

ఆమెన్ జేసు॥

మనస్తాపప్రకరణము:—నాదివ్యజేసువా ఇదివరకు నేను అనేకమార్లు నాపాపములచేత మీకు అవమానద్రోహములను జేసినందువలన మహాదుఃఖపడుచున్నాను. ఇప్పటినుండి పాపము తప్పించుకొనుటకు పడవలసిన కష్టము

లన్ని పడుదునని గట్టిప్రతిజ్ఞ చేయుచున్నాను. దేవరవారు దయచేసి నాపాపములన్ని ఓర్చి మీకటాక్షమును నామీద యుంచ ననదరించండి. ఆమెన్ జేసు॥

నమ్మికప్రకరణము:— నాదివ్యజేసువా దేవరవారు నాహృదయములో వేంచేయుటవలన మీరు నామీద దయగానుండండి. ఇహమందు తగినట్టుగా నడుచుటకును పరమందు నిత్యభాగ్యముపొందుటకును కావలసిన వరప్రసాదములను ప్రసాదించుదురని దృఢముగా నమ్మియున్నాను. ఆమెన్ జేసు॥

దేవస్నేహప్రకరణము:—నాదివ్యజేసువా దేవరవారుకడ గురుతులేని సకలమేలుల స్వభావముగాయుండుటవలన అంతటకంటె మిమ్ము నేను నిండుమనస్సుతో స్నేహించుచున్నాను. మరియు నాస్నేహము బహుకొరతగానుండుటవలన మీప్రియతల్లియైన అర్చ్యసిష్ట కన్యమరియమ్మగారియొక్కయు సకల అర్చ్యసిష్టవాళలయొక్కయు స్నేహమును మీకు ఒప్పగించుచున్నాను.

ఆశప్రకరణము—నాదివ్యజేసువా తీవ్రముగా నాహృదయమునందు వేంచేసిరండి నాయాత్మమును మీస్వాధీనముచేసుకొనుటకురండి హా ప్రియజేసువా నాస్నేహమా, నాసంతోషమా, నాభాగ్యమా త్వరగారండి దేవరవారితో నేను ఐక్యమగుటకు మహా ఆశపడుచున్నాను స్వామి. ఆమెన్ జేసు॥

సత్ప్రసాదముతీయుట కాయత్తమైయుండెడివార్ల మన
స్సులో ధ్యానించి చెప్పుకొనవదగిన జపము.

దయావరులైన స్వామి నన్ను బ్రతికించుటకు నిర్మల కన్యాస్త్రీయైన అర్చ్యశిష్టకన్యమరియమ్మగారి గర్భములో మనుష్యుడై పుట్టి ఈభూలోకమునకు దివ్యవైధ్యులై వచ్చినదిచాలక తిరిగి అనేకమార్లు ముందరవచ్చినప్రకారముగా దివ్యసత్ప్రసాదము మార్గముగా నాయందు వేంచేసితిరిగదా అట్లాయుండియు మీదివ్యరక్తమునుండి దేవరవారు కూడించియిచ్చిన సంజీవియైన ఔషధమును నేనపథ్యజేయక నాయాత్మదుర్గుణములచేత మారుమసులుకొని మహాకేవలముగాబడి జచ్చుచున్నాను. ఇదివరకు మీయుపకారములను నేనెరుగనందువలన ఇంతటిరోగములు ఎడతెగక బాధించుచున్నవి. దేవరవారు ఈప్రొద్ద నాహృదయమందు వేంచేసి వచ్చుటకు చిత్తమైయున్నారే ఈసారి నామూర్ఖగుణములను మీతాత్రిణజేతకదిలించినా పాపవ్యాధులన్ని నిష్ఫలమగునట్లు చేయకరుణించండి మీకునేను లెక్కలెనిదోహములనుజేసితిని అయితే మీకృపనుమాత్రము ఒక్కక్షణమైన పమ్మకయుండినది లేదు మీవంటి దయాకరులచేతిచే హెచ్చయినఉపకారములను గ్రహించుటకు నావంటిపాపాత్మునికి ప్రాప్తియవుచున్నదని మీరేయానతిచ్చితిరిగదా అయినందున మీవాక్యము తప్పదని నేనుదృఢముగా విశ్వసించుచున్నాను. మీరునా

యందు వేంచేసి నాపాపములన్ని తరిమికొట్టి నీసుపుణ్యము లో స్థిరముగానడుచుటకు, లోకము, శరీరము, పిశాచిఅనెటి ఈమూడుశత్రువులను జయించినట్లు మీదేవిష్ట వరప్రసాదములన్నిటిని మహోపకారాలముగా ఇవ్వ కరుణించవలయునని మిక్కిలి బ్రతిమాలి అడుగుచున్నాను స్వామి.

ఆమెన్ జేసు॥

సత్ప్రసాదములో కొన్న వెనుక జపము.

ఆశ్చర్య ప్రకరణము;— జేసునాథస్వామి నిజముగానే యిప్పుడు నాలో ఉన్నారు ఇదియేమి అతిశయము ఇంతనీచునిగానుండెడు నాయందు దేవరవారు వేంచేసివచ్చిన కారణమేమి పరలోకమందు సన్మనస్కులు అర్చ్యశిష్టవారలును మీకుయోగ్యమైన ఆరాధనలును స్తోత్రములనుజేయుదురే నాయందు మీకేమి ప్రియమైనకార్యముచిక్కును.

ఆరాధన ప్రకరణము;— నాసర్వేశ్వరా స్వామి నన్ను సృష్టించినవారా దాసుడను మీదివ్యసముఖములో భక్తివినయముతో సాష్టాంగముగ అడ్డపడి మిమ్ము ఆరాధించుచున్నాను నీచునిగానుండెడు దాసుడు మీకుయోగ్యమైనప్రకారముగ ఆరాధనచేయ లేనందువలన అర్చ్యశిష్టకన్యామరియమ్మ సకలసన్మనస్కులు అర్చ్యశిష్టవారలు మొదలయినవారల ఆరాధనలను మీకు ఒప్పగించుచున్నాను స్వామి.

స్నేహ ప్రకరణము:— హానాప్రియ జేసువా,నాజీవమా, నామధురమా మిమ్ము నేనంతటికంటె అధికముగా

స్నేహించుచున్నాను. మిమ్ము మాత్రమే స్నేహించుచున్నాను దాసుడను దేవరవారిని స్నేహించుచున్నానో యనియడుగుచున్నారు స్వామి మీకు అంతా తెలుసునే నేను మిమ్మును స్నేహించునదియును స్నేహించక యుండునదియును మీరు ఎరుగుదురు. ఇదివరకు మిమ్మును స్నేహించక యుండునది వాస్తవమే. అయితే ఇది మొదలుకొని నామరణపర్యంతము మిమ్మును మాత్రము స్నేహించ తెగించియున్నాను మహానాదివ్యకర్త ఇంత మేలును మహిమయును గలవారునై మట్టులేని దయాస్వరూపియునై మనోవాక్కుకందని అలంకృత ప్రభాశోభనము గలవారునై యుండెడు దేవరవారిని స్నేహించనివారలకు మీ యాపోస్తలు వ్రాసినప్రకారం శాపము. నేను మిమ్మును స్నేహించక పోతినైన అందరికిముందుగా నాకే శాపము కాదయగల కర్తా దాసుడు అటువంటి భయంకరమైన తీర్పునకు లోబడునట్టు మీ దేవస్నేహాగ్ని నా యాత్మయందు రగులుకొనిమండెడు లాగు జేయనవదరించండి.

మేలెరిగిన ప్రకరణము:—అర్చ్యసిష్ట కన్యమరియమ్మ సకలన్మనస్కులార, అర్చ్యశిష్ట వారలార స్వామినాకు జేసిన యుపకారముయొక్క గౌరవము ఎంతఘనమైనదని మీకు లెస్స తెలుసుననుటవల్ల వారికి స్తోత్రము చేయుటకు మిమ్ము మనవిచేయుచున్నాను. మట్టులేని స్నేహమునకును కడ గురుతులేని స్తోత్రమునకును పాత్రులుగానుండెను నా

సర్వేశ్వర స్వామి మీకుసదాకాలము స్తోత్రమును, వినీత నలును, దీవెనలును గలుగునుగాక.

కానుకపరికరణము:— నాసర్వేశ్వర! నాయాత్మయును, నాశరీరమును, నాచింతనవాక్కు-క్రియలను నాహృదయమునుసిందుగ మీకు ఒప్పగించుచున్నాను. ఇకమీదట వాటినన్నిటిని మీకుస్తోత్రముగాను మీకు ప్రియపడనును మిమ్మును స్నేహించనున్న తగిన ప్రకారముగా నడిపించెడిలాగున, నాకుఅనుగ్రహము పాలించి కరుణించండిస్వామి.

సత్ప్రసాదము యొక్క-ఫలము బొంద ఆరాధన:— మిక్కిలిన్ని దయాపరిసన్న చిత్తముగలజేసువా మీవలన సకల దుష్కృతములు పరిహారమైపోయి సుకృతములు కైగోనుటవలన నామనస్సును ఏలుచుండెను అరిషడ్వర్గము, హంకారము, కామము, క్రోధము మొదలయిన దుర్గుణములన్నిటిని నివారణచేసి సుద్ధమనస్సుతో మిమ్మును నుతించి ఆరాదించి మీకుఏకాలమును సేవజేసి దివ్యసత్ప్రసాదఫలముపొంది జీవించియుండెదులాగున కృపచేయ నవదరించండి.

అర్చ్బిశ ఇన్యాశివారు చేసిన జపము:— క్రీస్తువుయొక్క- ఆత్మమా నన్ను పరిశుద్ధ పరచండి. క్రీస్తువుయొక్క- శరీరమా నన్ను రక్షించండి. క్రీస్తువుయొక్క-రక్తమా నాకు తృప్తిగలిగెడిలాగున చేయకరుణించండి. క్రీస్తువుయొక్క- పక్క-నుండి కారిపడినసీళ్లా నన్ను కడుగండి. క్రీస్తు అనుభ

వించిన కష్టమూ నాకుధైర్యము కలుగునట్లు చేయకరుణిం చండి. ఓమంచిజేసువా నాప్రార్థనవిననవధరించండి. మీ గాయములలోపలనన్ను దాచుకొనండి. నేను మిమ్మువిడబా యునట్లుచేయకండి దుష్టచతుర్వులచేతిలో దొరకనట్లు న న్నుకాపాడండి. నామరణసమయములో మీరు నన్ను పి లుచుకొనండి. నన్ను మీసన్నిధికి రాజేయండి అప్పుడు మీఆర్చ్యశిష్టవారలతోగూడ ముగింపులేని కాలము మి మ్ము స్తుతించుదునుగాక. ఆమెన్ జేసు॥

పరిపూర్ణ ఫలముగల జపము:— మహా మధురము నిండిన మంచిజేసువా దాసుడను దేవరవారి సముఖములో మోకాళ్లమీదనిలచి సాష్టాంగముగాపడి నాచేతులను నా కాళ్లను తొలిసినారు నాయెముకలన్ని యెంచినారు అనిదే వరవారి పేరిట పూర్వకాలమందు దావీదు దీర్ఘదర్శివచినిం చిన దానిని నాకన్నులముందట దేవరవారియొక్క ఐదు గాయములను మిక్కిలి భక్తిపట్టుతోను దుఃఖముతోను నా అంతరంగమందు విచారించి తలంపుచే ధ్యానించెదు ఈస మయమందు దృఢమైన విశ్వాసము, నమ్మిక, దేవస్నేహా మనెడు సుకృతతలంపులను నా యక్రమములమీద నిజమై నమనస్తాపమును వాటిని దిద్దుకొను దృఢమైనప్రతిజ్ఞను నా హృదయమందు ముద్రించ నవధరించవలయునని నామం చిజేసువా దేవరవారిని నాయాత్మయొక్క మేలైనఆశ

శాంతులతో బ్రతిమాలి ప్రార్థించుచున్నాను స్వామి.
ఆమెన్ జేసు!

సత్ప్రసాదమునకు స్తోత్రము:— వర్ణము, వాసన, రుచి, పరిమాణము మొదలయిన గుణములలో నిజముగానే మరుగైయుండెడు దైవత్వమా! మిమ్ము సాగిలపడి నమస్కరించుచున్నాము మిమ్ము యోచించుటలో నామనస్సు ఆశ్చర్యముచేతను నిండుపక్షముచేతను బొత్తిగ సొలసిపోవుటచేత నాచిత్తము నిండుగ మీకే యణుకవై యున్నది. దృష్టిస్పర్శము రుచి మిమ్మును కనిపెట్టనేరక ఏమఱచున్నవి దేవరవారియొక్క వాక్యములను వినిన వినికరివల్లమాత్రమే ఈపరమదేవరహస్యమును నిశ్చయముతో ఎరిగి విశ్వసించుచున్నాను. పరమ పితాయొక్క సత్యవాక్యములను దేవసుతుడగు దేవరవారియొక్క వాక్యము వినాసత్యమైనది ఒకటిని లేదనుటవలన దేవరవారు ఆనతిచ్చిన వాక్యములన్నిటిని నిండుమనస్సుతో విశ్వసించి నమస్కరించుచున్నాను. దేవత్వముమాత్రమే స్లీవలో మరుగైయుండినది. దివ్యసత్ప్రసాదములో యనిన దేవస్వభావమును, మనుష్య స్వభావమునుకూడ మరుగైయున్నవని విశ్వసించి సంకీర్తనముజేసి పశ్చాత్తపతస్కరుడడిగినవరములనేనును అడుగుచున్నాను. అర్చ్యశిష్టతో మాసుగారివలెనే దేవరవారియొక్క దివ్యగాయముల ద్వారమును కావలయునని చెప్పక మిమ్ము నాదైవమని ప్రసిద్ధిగాజెప్పి ఆరాధించి న

మస్కరించుచున్నాను. నేనుమీయందు ఎప్పుడును అధికమధికముగా విశ్వాసము నమ్మిక భక్తితో నుండ కరుణించవడి. ఆమెన్ జేసు॥

వివిద జపములు.

1. ఉత్తరించెడు స్థలములోనుండెడు ఆత్మలకు ఉత్తరింపు తీరి మోక్షానందము చేరునట్టు దేవమాతనుజూచి 3జ్యో. 3పి. త్రి. వేసుకొనుట.

2. పాలకులనుజూచి:—కావలిగానుండెడు సన్మనస్కులున్ను ఇతరసన్మనస్కులున్ను తాముతాము పేరుగొనిన అర్చ్యశిష్టవారలనున్ను తలంచి 3 జ్యో. 3 పి. త్రి. వేదుకొనుట.

3. సమస్థులకు అవసరమైన కార్యములకొరకు:—

ఈరాజ్యమునకు స్వస్థముగలుగను ఈరాజ్యమునేలెడివారలకు ధర్మబుద్ధియు క్రీస్థువులకు అధికభక్తియు అజ్ఞానులకు దేవప్రకాశమును కష్టపడెడివారలకు సంతోషమును పాపాత్ములకు పాపపరిహారమును మరణముపొందిన క్రీస్థువులకుమోక్షమును, మనకును మనబంధువులకును మనకుపకార అపకారములు చేసేవారికిని క్రీస్థువులకును దేవుని కృపయును రావలయునని అర్చ్యదేవమాతను జూచి (తలంచి) 3 జ్యో. 3 పి. త్రి. వేదుకొనుట.

4. సత్యవేద వ్యాపకులకొరకు:— గురువులు ఈరా
జ్యమందు ఆరోగ్యముగానుండునట్టును గురువులు సన్యాసు
లు వర్ధిల్లను వారలుతలంచినకార్యములు అనుకూలమగున
ట్టును తిరుశభవర్ధిల్లను, దర్మత్రోవలోనడవను అజ్ఞానులు
జ్ఞానోపదేశము వినునట్టును చెడిపోయినక్రీస్తువులు తమస
త్యవేదమునకు మరలునట్టును, సత్యవేద విరోదులకు మం
చిబుద్ధి మంచిజ్ఞానమువచ్చునట్టును మార్గమందు ప్రయా
ణముచేయు క్రీస్థువులుసురక్షితముగా తమస్థలములుచేరు
నట్టును సకలదర్మకార్యములు సర్వేశ్వరుకు మనకొనగూ
ర్చేటట్టుగాను సకలఅర్చ్యసిష్టవారలను తలంచి జేసునాధ
స్వామి దివ్యపాదములకు స్తోత్రముగా 8జ్యో. 3పి. త్రీ.
వేడుకొనుట.

5. అజ్ఞానులు జ్ఞానోపదేశము వినునట్టుగా:— అనా
దియు సమస్థమునుసృష్టించినసర్వేశ్వరా దేవరవారు అజ్ఞా
నులయొక్క ఆత్మను మీపోలికగా కలుగజేస్తిరే. ఇదిగో
మీకుఅపకీర్తిగా వారియాత్మలనుంచి నరకమేవారికినిండు
చున్నది. వారలను రక్షించుటకు మీదివ్యకుమారుడు స్లీవ
మీద కఠినముగా మరణముబొందితిరే. నాయేలినవారా
దేవరవారికుమారునికి ఇకను అజ్ఞానులనుండి అపకీర్తివచ్చు
టవలన ఉపేక్షచేయక దయచేసి వారలయజ్ఞానమునుమూ
ర్ఖతనమును జూడక లెక్కలేనిపుణ్యాత్ములుమీదివ్యకుమా
రునిమీద భక్తిగానుండెడు అర్చ్యసభ యావత్తును వారల

కొరకు మీకు ఒప్పగించెడు జపతపదానధర్మములను కృప కటాక్షముతో జూచి కరుణించండి లోకమంతటిని బ్రతికించుటకు మీరుపంపినరక్షకుని ఎన్నటికిని కీర్త్రి గలిగియుండె నీలాగున అజ్ఞానులందరును వారినీతిని వినునట్లు పాలించి కరుణించండి. పర్జ్యో. 3ప్రీ. తీ్రీ. వేడుకొనుట.

6. హిందూదేశమునకు ఆపోస్థులయిన అర్చ్యశిష్ట తో మానుగార అర్చ్యశిష్టపా్రించిస్ శెవెరివారమాకొరకువేడుకొనండి. ఆమెన్ జేసు॥

7. వేదసాక్ష్యులకురాజ్ఞీ మాకొరకువేడుకొనుము క్రీస్థువులయొక్క సహాయమా మాకొరకు వేడుకొనుము.

8. పాపాత్ములకు శరణమా, మాకొరకువేడుకొనుము.

దేవరతల్లికి సమర్పణ జపము.

మిక్కిలి పరిశుద్ధకన్యకా పరలోక భూలోకములకు గొప్పరాజ్ఞీ మాహృదయమంతటితో మీకుమహిమ గౌరవములు చెల్లించుటకు మీపాదాలఎదుట సాష్టాంగముగా పడుచున్నాము.

మీయొక్క నిష్కళంక జన్మమును సన్మానించుటను మీయెడల ప్రేమయు కృతజ్ఞతయు చూపుటకును మమ్మందరిని సదామీకొప్పగించుచున్నాము.

యౌవనులైన స్త్రీపురుషులను తలిదండ్రిలను వృద్ధ

లు బలహీనులు బీదలను అనాథులను మాకుటుంభములను స్నేహితులను మావిచారణలో యున్నవారలను మీకరుణ కప్పగించెదము.

మాసంతోషము దుఃఖములు, పనులు మాయాత్మ శరీర ములను, మాజీవితకాలమంతయును, మాకడ శ్వాసమును మీకుసమర్పించుచున్నాము.

ఓ నిష్కళంకమాతా? ఈగొప్పసమర్పణను అంగీక రించి మేము పాపముతప్పించి పుణ్యముచేయుటకును పరి శుద్ధముగా జీవించి మృతిపొందుటకును మీయొక్క దివ్య కుమారుని తిరుహృదయానుగ్రహమును దయచేయుదురు గాక- ఆమెన్ జేసు॥

www.ingramcontent.com/pod-product-compliance
Lightning Source LLC
Chambersburg PA
CBHW071123240825
31589CB00033B/473
9780526829880